आपल्या स्नेहीजनांना पुस्तके भेट द्या

I0526556

स्वर

वपु काळे

मेहता पब्लिशिंग हाऊस

SWAR by V. P. KALE

स्वर / कथासंग्रह
वपु काळे

© स्वाती चांदोरकर व सुहास काळे

मराठी पुस्तक प्रकाशनाचे हक्क
मेहता पब्लिशिंग हाऊस, पुणे.

प्रकाशक
सुनील अनिल मेहता,
मेहता पब्लिशिंग हाऊस,
१९४१ सदाशिव पेठ,
पुणे – ४११०३०. ☎ ०२०-२४४७६९२४
email - info@mehtapublishinghouse.com
website - www.mehtapublishinghouse.com

मुखपृष्ठ
शैलेश मांडरे

प्रकाशनकाल
जून, १९७९ / सप्टेंबर, १९८७ / डिसेंबर, १९९५ /
मार्च, १९९९ / जून, २००२ / जुलै, २००४ /
फेब्रुवारी, २००७ / जून, २००८ / डिसेंबर, २००९ /
जून, २०११ / जुलै, २०१२ / एप्रिल, २०१३ /
फेब्रुवारी, २०१५ / पुनर्मुद्रण : एप्रिल, २०१७

P Book ISBN 9788171613137
E Book ISBN 9788184986532
E Books available on :
play.google.com/store/books
m.dailyhunt.in/Ebooks/marathi ■ www.amazon.in

आकर्षक व्यक्तिमत्त्वामागे
मार्दवतेचा तानपुरा झणकारत नसेल,
तर संवादाचा 'षड्ज'
लावावासा वाटत नाही.
पण **'श्री. अरविंद इनामदार'**
यांना पाहताक्षणी
एकदम मैफलच सुरू होते.
महाराष्ट्राला सातत्यानं
'मऊ मेणाहूनी । आम्ही विष्णूदास ।'
आणि
'नाठाळाचे माथी । हाणू काठी ।'
असं दोन्ही सांगणारे आय. जी. पी.
लाभतील का?
हा 'स्वर' इनाम (मान) दारांना.

- वपु

अनुक्रमणिका

ठुमरी

आपण नक्की म्हातारे झालो, असं केव्हा समजावं? -तर चमचमीत कांद्याची भजी खाताना जेव्हा खोकल्याची आठवण होते तेव्हा; उडी मारून रूळ ओलांडायची भीती वाटते तेव्हा; जागरण म्हणजे रक्तदाब किंवा पंगतीतलं पिवळ्याधमक केशरी जिलब्यांचं ताट म्हणजे मधुमेह, असली त्रैराशिकं दिसायला लागतात तेव्हा; रस्त्यावरून जाणाऱ्या बाईकडं नजर जाण्याअगोदर तिच्या कडेवरच्या मुलाकडं जेव्हा प्रथम लक्ष जातं, तेव्हा म्हातारपण आलं असं खुशाल समजावं.

मला प्रथम मूल दिसलं नाही.
ती दिसली.
अनुराधा किर्लोस्कर.
अर्थात, तेव्हाची अनुराधा किर्लोस्कर. सध्या ती सौ. वानखेडे. आडनाव माहीत आहे. नाव तेच आहे की नाही, हे माहीत नाही. नंतरच्या भेटीत विचारायला विसरलो. तरी वाटतं की, त्या अरसिक माणसानं अनुराधा हे गोड नाव नक्कीच बदललं असणार. मी तिचं अनुराधा हे नाव तसंच ठेवणार होतो. नुसतं 'अनु' म्हणा किंवा 'राधा'. संपूर्ण नाव जितकं गोड, तितकंच त्याचं संक्षिप्त रूपही. पण वानखेडे हे आडनाव धारण करणाऱ्या माणसाला त्या नावातली ही कविता सापडणं अशक्यच. याच आडनावाच्या एका मंत्र्याची टर उडवताना, अग्रलेखात अत्र्यांनी 'वानर-वेडे' अशी फोड केली होती. मी तेव्हा खळखळून हसलो होतो. त्या बिचाऱ्या मंत्र्यानं माझं काहीच घोडं मारलं नव्हतं, पण या कोण्या वानखेडेनं माझी प्रेयसी पळवली होती.
गोष्ट जुनी होती. पंधरा वर्षांपूर्वीची.
आज या केमिस्टच्या दुकानात अनुराधा दिसत आहे, तीही सव्वा तपानंतर.
तरीही वानखेडेवरचा माझा राग तेवढाच आहे, याचा या क्षणी नव्यानं शोध लागला. झालं गेलं गंगेला मिळालं नव्हतं.

अनेक गोष्टींची ज्याप्रमाणे उभ्या आयुष्यात उत्तरं मिळत नाहीत, त्याप्रमाणे अनुचं आणि माझं लग्न का फिसकटलं, याचं उत्तर मिळणार नाही. आमचं एकमेकांवर नक्कीच प्रेम होतं. 'जिंदगीकी कौनसी भी ताकद हमें जुदा नहीं कर सकती' – हे वाक्यही दहा वेळा म्हणून झालं होतं. पण प्रत्यक्षात कुणालाच जास्त ताकद वापरावी लागली नाही. अनुराधेचा एकटा बापच 'जुदा' करायला समर्थ होता. पण म्हणून लग्न चक्क मोडावं?

मी मग एक दिवस जेवलो नाही.

दोन दिवस इस्त्रीचे कपडे वापरले नाहीत.

अनुराधा हनिमूनहून परत येईपर्यंत संध्याकाळचा फिरायला गेलो नाही.

दहा दिवस दाढी केली नाही.

माझं त्यावेळचं वय आणि प्रेमभंग, या दोन गोष्टींना विसंगत दिसेल असं मी मुळीच वागलो नाही.

माझं हे सुतक वीस दिवसांनी सुटलं. अनुराधा मला गुपचूप भेटायला आली. त्या दिवशी मात्र फक्त हिंदी सिनेमातच शोभेल, असा हुकमी एकांत आम्हाला मिळाला. आम्ही एकमेकांना कडकडून मिठी मारली. चुंबनांची बरसात केली.

मी रडलो त्यात नवल नाही. तीही रडली. त्या बेसावध क्षणी काहीही - म्हणजेच सगळं घडलं असतं; मागितलेल्या सगळ्या गोष्टी मिळाल्या असत्या. पण मूळ रक्तात असलेला आत्मसंतुष्टपणा पाठीशी उभा राहिला आणि मी तिथंच थांबलो. असं कसं घडलं?

त्या क्षणी समजलं नव्हतं, ते आज समजतंय. त्या क्षणी माझ्यातला 'काम' जेवढा प्रज्वलित झाला होता, त्याच्या कितीतरी पट अधिक 'अहंकार' प्रज्वलित झाला होता. अनुराधेच्या तेवढ्या स्पर्शानं तो अहंकार विझला आणि कल्पवृक्षाच्या सावलीखालून मी कोरडा बाहेर आलो.

तो कोणी वानखेडे माझ्या अनुला माझ्यापासून नेतो, याचा अर्थ काय? मी तिला मिठीत घेत होतो आणि स्वतःला हाच प्रश्न विचारीत होतो. तीच अनुराधा, तेच शरीर, तोच स्पर्श. तरीही सगळं निराळं होतं. त्या निराळेपणाचं खोलवर सुख होत होतं.

ती आता अनुराधा किर्लोस्कर नव्हती.

ती होती मिसेस वानखेडे.

Yes, I kissed Mrs. Wankhede.

माझा 'काम' शांत व्हायच्या आत 'अहंकार' शांत झाला. मी दूर झालो. अनुला आश्चर्य वाटलं. तिनं नुसतंच माझ्याकडं पाहिलं.

मी खुलासा केला नाही. जवळची झाली म्हणून काय झालं? सगळं थोडंच बोलता

येतं? मिस्टर वानखेडेची मी जिरवली होती. सौ. वानखेडेच्या मनाच्या कोपऱ्यात कुठंतरी एक मखमली दुःख आहे आणि त्या दुःखावर माझं नाव कोरलेलं आहे, एवढं मला पुरेसं होतं. ... 'बेट्या, वानखेड्या, हनिमूनला तू नेलास तो एक देह होता; शृंगार केलास तो शरीराशी. मरण हीच ज्याची प्रकृती असं शरीर. मधुचंद्र शब्दातला 'मधु' महत्त्वाचा. तो तुला मिळाला नाही. तो मला आज मिळतोय.. असं काय काय मनात आलं. मी दूर झालो.

तिनं तेव्हा आश्चर्यानं पाहिलं. मी काही बोललो नाही. तिच्या वेणीतून गळलेला गजरा मी तिला परत दिला.

तिची अद्याप माझ्याकडं पाठ होती. खरंतर मघाशीच मी तिला हाक मारायची. पण हे सगळं आठवलं आणि तसाच पाहत उभा राहिलो. काउंटरवरच्या माणसानं तिला खूण केली. तिनं मागं वळून पाहिलं आणि आमच्याकडं चौघा-पाच जणांनी वळून पाहावं, एवढ्या आवाजात ती ओरडली,
''कोण, तू?..''
''Yes, मीच.''
''इथं कसा?''
''जशी तू, तसा मी.''

आम्ही दुकानातून बाहेर पडलो. चालायला लागलो, न ठरवता एकाच दिशेनं चालता चालता ती थबकली नि म्हणाली,
''किती अचानक भेटलास!''
मी नुसता पाहत होतो. माझा दंड धरून हलवीत ती म्हणाली,
''काहीतरी बोल ना...!''
''काय बोलू?... इतकी अचानक भेटलीस की, अजून खरंच वाटत नाही. मी या केमिस्टकडं सहसा येत नाही. पण समोरचं दुकान स्टॉकचेकिंगसाठी बंद होतं, म्हणून इकडं आलो. रस्ता क्रॉस करतो काय आणि तू भेटतेस काय! Simply great! आता आपण असं करू या. We will have a nice coffee.''
''छे रे बाबा! आत्ता मुळीच वेळ नाही. शोफर तिकडं वाट पाहतोय.''
''कुठाय?''
''मागच्या रस्त्याला गाडी पार्क करावी लागली. इथं जागा नाही म्हणून. काकांना गाडी लगेच परत हवी आहे. तूच चल. कुठं सोडू सांग.''
''इथंच.''
''बघ, लगेच रागावलास! जसा होतास तस्साच आहेस.''

"पुरुष बदलत नाहीत."
"मला आत्ता भांडायला वेळ नाही."
"कधी होता?"
"मागचं राहू दे."
"कधी आहे."
"आज दुपारी अगदी रिकामी आहे."
"येशील?..."
"कुठं?"
"माझ्या घरी."
"घरी..?"
"मी आज रजेवर आहे..."
ती विचारात पडली. पण क्षणभरच. नंतर लगेच तिनं विचारलं,
"घरी तुझी बायको असणार. तिच्यासमोर मला तुझ्याशी फ्रीऽली बोलता येणार नाही."
"कॉलनीतलं भगिनी मंडळ दुपारी सिनेमाला जाणार आहे."
"शुअरली?"
"शुअरली."
"मग केव्हा येऊ?"
"तीनचा सिनेमा म्हणजे कॉलनीतल्या सगळ्या बरण्या दोन वाजता बाहेर पडतील. सिनेमा पावणेसहाला सुटावा, घरी येईपर्यंत सात सहज वाजतील त्यांना. म्हणजे आपल्याला नगद पाच तास मिळतात. पुरतील?"
"शुअरली."
"घर सापडेल ना?"
"अर्थात."
"कशी येणार आहेस?"
"पुन्हा मिळाली तर कार, नाहीतर टॅक्सीनं."
"ठीक आहे. न्यायला नको ना येऊ?"
"नको."
"वाट पाहतोय."
"Don't worry."

हलकाफुल्ल होऊन मी यायला निघालो. सगळं अकल्पित घडत होतं. अनुचं लग्न झालं, तेव्हा आयुष्यातलं एक पर्व संपलं, असं मी धरून चाललो होतो. मनातल्या

आठवणी मनात जपत मी बोहल्यावर उभा राहिलो आणि सात जन्मांच्या करारावर जयश्रीचा झालो. आपल्याला मिळालेला जीवनसाथी हा आपल्या एकट्याचाच असावा, त्याच्यावर किंवा तिच्यावर लग्नापूर्वी आणि नंतर कुणाचाही अधिकार नसावा, हे जसं प्रत्येकाला वाटतं, तसंच ते जयश्रीला वाटत होतं. लग्नाच्या पहिल्याच रात्री तिनं मला तसा प्रश्न विचारला आणि त्याच रात्री मी एक, नंतर कधीही उपयोगी नसलेला धडा शिकलो. लग्न करण्याच्या गाढवपणातून सुटका नसल्यानं माणसानं त्या गाढवपणाला शरण जावं, पण दुसरा गाढवपणा कधीच करू नये. विश्वासात घेऊन बायकोला आयुष्यातलं सगळं सांगण्याचा भाबडेपणा, म्हणजेच गाढवपणा क्रमांक दोन करू नये. मी जयश्रीला अनुराधेबद्दल सांगितलं आणि मामला बिथरला. सुतानं स्वर्गाला जाऊन पोहोचल्यावर तेच सूत नवऱ्याच्या नाकाशी लावणारी जयश्री; अनुराधेच्या माहितीनं आम्ही तर सूत काय, पण तिला जणू एस्कॅलेटरच बांधून दिला. त्या रात्रीपासून तिनं माझ्याशी जणू संसारच केला नाही. जो काय केला तो संशयपिशाचाशीच केला. 'संशयात्मा विनश्यति' या शास्त्रवचनावरचा माझा विश्वास पार उडाला. 'विनश्यति' कसला? संशयात्मा कायम जागा असतो, जागरूक असतो आणि शोधत असतो.

पण माझं काही नव्हतंच. मग जयश्रीला सापडणार काय? तिच्या मनात संशय होता आणि मी तिला सापडत नव्हतो. मग तिला स्वप्नं पडायला लागली. निरनिराळी नव्हेत, तर एकच स्वप्न वारंवार पडायचं. पुण्यात्म्यांना स्वप्नात देवी दिसते म्हणे! ती काहीतरी दृष्टान्त देते, वगैरे वगैरे. जयश्रीला फक्त अनुराधा दिसायची आणि सांगायची,

'तुझ्या नवऱ्याला सांभाळ.'

पहाटेच्या गुलाबी झोपेचा रंग मग लाल व्हायचा किंवा भगवा. जयश्री काय स्वप्न पडलं ते सांगायची. त्यानंतर दोन-दोन दिवस अबोला; पुन्हा केव्हातरी लाडीगोडी. तेही तिला गरज निर्माण झाली म्हणजे. मी रंगात आलो की, आदल्याच दिवशी अनुराधा स्वप्नात येऊन गेलेली असायची. मला सोडून कायम जयश्रीच्याच स्वप्नात नाचणाऱ्या अनुराधेचा मला विलक्षण संताप यायला लागला होता.

लग्नानंतर जवळजवळ तीन-चार वर्षं स्वप्नात येण्याचा रतीब अनुराधेनं चालू ठेवला होता.

त्यानंतर आमच्या शेजारच्या फ्लॅटमध्ये गोठोस्करांकडं फोन आला. जयश्रीनं मग मला छळण्याची निराळीच युक्ती शोधून काढली. ऑफिसातून मला घरी यायला कधी उशीर झाला की, बाईसाहेब गप्प गप्प व्हायच्या. त्याचा स्फोट रात्री जवळ गेलं की व्हायचा. वादविवाद, भांडणं, वितंडवाद या सगळ्यांसाठी न चुकता तिनं

एकच वेळ ठरवून सांभाळलेली होती. 'रात्रीचे अकरा वाजत आहेत. आता आमची शेवटची सभा समाप्त होत आहे.' – या वेळेला जयश्रीची पहिली सभा सुरू व्हायची. रेडिओवर कमीतकमी '... आता तुमची आमची भेट उद्या सकाळी सहा वाजता.' – असं गोड आश्वासन तरी असतं. इथं तेही नाही. सकाळी भेट झालीच, तर रात्रीचं भांडण पुरं करण्यासाठी व्हायची.

आता म्हणे अनुराधा स्वप्नात वगैरे येत नाही, पण गोठोस्करांकडं फोन करते. तीही जयश्रीला. फोनवर ती सांगते – 'आज सुनीलला घरी यायला उशीर होणार आहे. तो माझ्याबरोबर आहे.'

आज घरी जयश्री अशी काही भूमिका घेऊन माझी वाट पाहतेय, हे माझ्या गावीही नसायचं. दिवसभराचा शीण विसरण्यासाठी रात्री जेव्हा तिच्याजवळ जावं, तेव्हा तिनं ठरवून हे फोनबद्दल सांगावं. मग कुठलं मीलन, कुठला विसावा! त्या क्षणी मी दूर होत असे. आपण नवऱ्याची काय झक्क अडवणूक करू शकतो, या समाधानात ती झोपून जायची. हाही छळ मी दोन-तीन वर्षं सोसला. अनेकदा वाटलं, किर्लोस्करांच्या घरी जावं, त्या वानखेडेचा पत्ता मिळवावा, तो चोर मुंबईतच राहतो की, बाहेरगावी याचा शोध घ्यावा. योगायोगानं अनुराधा जर त्याच वेळी माहेरी आलेली असेल तर तिला भेटावं. सगळं सगळं सांगावं.

पण तेही कधी घडलं नाही. सहानुभूतीचा जोगवा मागत भटकणं माझ्या रक्तात नाही आणि तशा सहानुभूतीनं दाह कधीच शांत होत नाही. 'अ' बद्दल 'ब' ला सांगून 'अ' ला जे हवंय, ते 'ब' कसं देऊ शकेल?

'जयश्रीनं तुझ्यासारख्या माणसाशी असं वागता कामा नये.' एवढंच जास्तीतजास्त अनुराधा बोलून दाखवणार. हे तर माझंच स्टेटमेंट झालं.

काही का असेना, अनुराधेला मी भेटलो नव्हतो इतकं खरं! भेटायचा प्रयत्नही केला नाही, हे त्याहून खरं.

आज एकदम इतक्या वर्षांनंतर तिला पाहिल्यावर नक्की काय काय वाटायला लागलं, याचा मलाच शोध घेता येईना. ती अचानक भेटल्यामुळे मी खरोखर इतका गोंधळलो होतो की, तिच्या कडेवर झोपलेल्या मुलाची मी चौकशीसुद्धा केली नव्हती. त्याला कडेवर घेण्याचं दाक्षिण्य दाखवलं नव्हतं. माझ्या दंडाला तिनं ज्या ठिकाणी पटकन धरलं होतं, तो भाग मी रुमालानं वारंवार झटकला. जयश्रीला नक्की त्या स्पर्शाचा वास आला असता. तिचा काही नेम नाही. दारू पिणाऱ्या माणसाच्या तोंडाला जसा वास येतो, तसा जयश्रीला माझ्या मैत्रिणींचा वास येतो. मला महिन्याला पगार मिळतो तो एका स्त्री पे-क्लार्ककडून, हे मी गेल्या बारा वर्षांत तिला सांगितलेलं नाही. तरीही ती नोटांचा वास घेतेच.

जयश्री!

खरंच, तिचं काय करायचं?... ती आज सिनेमाला जाणार हे नक्की, पण अनुराधेचं आगमन लपेलच याची गॅरंटी काय? कुणीतरी मधेच टपकेल आणि सगळा फियास्को होईल. गेली दोन-तीन वर्षं जी जरा सुखाची गेली आहेत, तिला मी आपण होऊन चूड तर लावत नाही?

दोन वाजता वाजेनात. कॉलनीतल्या सगळ्या बरण्या जमेपर्यंत सव्वादोन झाले. कुणीतरी लॅच-की विसरलं, तर कुणीतरी दुधाचा निरोप सांगायला विसरली. मी सेकंदा-सेकंदाला अर्धमेला होत होतो. जमीन चाक गिळते, ठीक आहे. ओनरशिप ब्लॉकच्या स्लॅब्स पण असंच वागणार काय?
सगळ्या एकदाच्या निघाल्या. 'माझी पावडर दिसत नाही ना?' – हा प्रश्न जवळजवळ प्रत्येकीनं एकमेकींस विचारला. पोटाच्या वळकट्या दिसतात त्याची खंत नाही! लो-कट ब्लाऊजपायी आणखीन काही काही दिसतं त्याची लाज नाही! 'टवळ्यांनो, एकदा नीट रस्त्याला लागा आणि पाहा काय काय दिसतं ते!' मी चिडून मनात म्हणालो.
सगळ्या निघाल्या, तर आमची लिफ्टच अकराव्या मजल्यावर अडकलेली. मग कुणीतरी दोन जिने चढून वर गेलं आणि लिफ्ट घेऊन खाली आलं. एकदाचा तो कळप गेला. जाण्यापूर्वी मी काय काय कामं करून ठेवायला हवीत, ते जयश्री बजावून गेली.

सगळ्या गेल्या मात्र आणि दोन मिनिटांत बेल वाजली. त्या सगळ्यांची आणि हिची तळमजल्यावर तर गाठ पडली नसेल?
मी दार उघडलं.
समोर अनुराधा.
तिचा हात धरून मी तिला आत ओढली. दार लावून घेतलं. दारातच आमची पहिली भेट झाली.
मी तिला मिठी मारली खरी, पण त्यात केवळ तिच्या भेटीचा आनंद नव्हता. संशयी बायकोवर सूड घेतल्याचा त्वेष आणि आनंद त्यात होताच.
आवेश ओसरला. तिला कोचावर बसवीत मी म्हणालो,
"सगळ्या सटव्या आत्ता गेल्या. तुझी आणि त्यांची नेमकी गाठ पडणार असं वाटलं."
"पडणारच होती. लिफ्टमधून गोंगाट ऐकू आला, तेव्हाच ओळखलं. मी चटकन जिन्यावर जाऊन उभी राहिले. ते महिला मंडळ पाहिलं जाताना, त्याच लिफ्टनं वर आले..."

"बचावलो."

"का?"

"तुला जयश्रीचा स्वभाव माहीत नाही."

"भले! त्यात काय? या पंधरा मजली इमारतीत मी कुणाचीही पाहुणी असू शकते...!"

"असू शकतेस. पण जयश्रीनं तुला नुसतं पाहिलं असतं, तरी सगळा ग्रंथ संपला असता."

"काय केलं असतं?"

"काहीतरी निमित्त काढून ती लिफ्टपाशी थोडी रेंगाळली असती. लिफ्ट कोणत्या मजल्यावर थांबली ते तिनं पाहिलं असतं. त्यातल्या या मजल्यावरच्या दोन ब्लॉक्सच्या मैत्रिणी एवढ्यात सिनेमासाठी खाली उतरल्या. राहता राहिलं आमचं घर. दोघींनी तुला ओळखलं नाही, म्हणजे तू त्यांची पाहुणी नाहीस. मग राहिलं कोण?"

मी सविस्तर खुलासा केला. अनुराधा माझ्याकडं पाहतच राहिली.

"तुझी बायको एवढी चलाख आहे?"

"चलाख म्हणजे? अगं, स्कॉटलंड यार्डकडून तिला मागणी आली होती, पण मुंबई सीआयडीनं त्यांना परस्पर नकार देऊन सांगितलं की, पुढे-मागे महाराष्ट्रालाच त्यांची फार गरज निर्माण होणार आहे."

अनुराधा आणि मी दोघंही खळखळून हसलो. हसणं थांबवीत अनुराधा म्हणाली, "वहिनींचा सत्कारच केला पाहिजे."

"तिचा सत्कार? अगं, महाराष्ट्र सरकार माझा सत्कार करणार आहे, मी इतकी वर्षं यशस्वी झुंज दिली म्हणून."

"खरंच?"

"ऑफ कोर्स!"

"पाहिलंस सुनील, कष्टाचं फळ मिळतंच."

"मिळायलाच हवं!"

"घटस्फोट घेतला असतास तर हा सोनियाचा दिवस उगवला नसता."

अनुराधेच्या या विधानावर मी एकदम सर्द झालो.

"अनु..."

"सुनील, मला सगळं माहीत आहे."

"कसं पण?"

"तुझ्या बायकोच्या स्वप्नात मी येऊन जाते, हेही मला ..."

मी जागा सोडून उठलो. अनुच्या जवळ गेलो. तिचे दंड पकडीत मी म्हणालो, "अनु, कसलीही कोडी घालू नकोस. वेळ थोडा आहे. उभ्या आयुष्यातले फक्त चार-पाच तास. या चार-पाच तासांत आदिपर्वापासून शांतिपर्वापर्यंत सगळं सगळं बोलायचं आहे. सांग, तुला हे सगळं कुणी सांगितलं?"

अनुराधा शांतपणे म्हणाली,

"तुझ्या फर्ममधला पर्चेस मॅनेजर शर्मा."

"माय गुडनेस! तो तुला नेमका कुठं भेटला?"

"दिल्लीला आला की, एक ड्रिंक पार्टी माझ्या घरी होतेच होते."

मी कपाळाला हात लावून बसलो.

"मी उगीच बोलले हे...!"

"मी उगीच बोललो शर्मांजवळ."

"का? – मला समजलं म्हणून?"

"म्हणून नाही, पण मनातली दुःखं बोलून दाखवण्याचा माझा स्वभाव नाही. गोष्टी अकारण षट्कर्णी होतात आणि लायकी नसलेली माणसं त्यात रस घेऊन स्वतःची करमणूक करून घेतात."

"शर्मा तसा नाही."

"म्हणून तर एका गाफील क्षणी सगळं बोललो. तेही तो नॉनमहाराष्ट्रीयन म्हणून – म्हणजे म्हटलं, आपल्या ग्रुपमध्ये हे कुठं पसरणार नाही."

"आमच्या घरीसुद्धा अचानक विषय निघाला. कोणत्या एका ट्रॅन्झॅक्शनच्या वेळी त्याच्याऐवजी तू येणार होतास. तेव्हा तुझं नाव प्रथम आमच्या घरात निघालं. मी आणखीन चौकशी केली, तेव्हा जास्त विषय निघाला."

"तू काय चौकशी केलीस?"

"तुझ्या जॉली स्वभावाबद्दल मी बोलले."

"मिस्टरांच्या समोर?"

"त्यात काय झालं?"

"बरं, मग?"

"शर्मा अभावितपणे एक वाक्य बोलून गेला - जॉली, पण मोस्ट अनलकी."

हळूहळू सगळं समजणार होतं. तरीही मी विचारलं,

"ह्यावर तू काय म्हणालीस?"

"अनलकी काय म्हणून?"

मी म्हणालो, "खरं आहे. तसा मी अनलकी नाही. दोन हजार पगाराची नोकरी, फ्लॅट, फोन, सगळं आहे.. पण अनुराधा, माणसानं काय काय कमावलं आहे, याची यादी जरी इतरांजवळ असली, तरी आपण काय काय गमावलं आहे, याची

यादी मात्र ज्याची त्याच्याजवळच असते.''

हा मुद्दा अनुराधेला इतका पटला की, तिनं टाळीसाठी हात पुढं केला. तिचा तो टाळी देण्यासाठी पुढं आलेला हात टाळी दिल्यावरही हातातच राहिला.

''तुझा हात अगदी माझ्या जयश्रीइतका मऊ आहे. तिचा तळवा अगदी अस्सा आहे.''

''हो ना, मग माझ्यासाठी इतका का हळहळतोस?''

''राधा, उगीच खवचटपणा करू नकोस.''

''खवचटपणा नाही. पण खरंच सांग, तुझं किती वेळा अडलं माझ्यावाचून?''

''तसाच विचार करायचा झालं तर एका दिवसाच्या मुलाचंसुद्धा आईबापावाचून अडत नाही; तेव्हा पोरकेपणासारखं सुख नाही, असं म्हणायचं काय?''

''लगेच सिरियसली घेऊ नकोस रे!''

''वेळ इतका मोजका असताना तू का अशा फिरक्या घेतेस?''

''वा!''

''काय झालं?''

''सध्याच्या पिढीचा शब्द उचललास. माझ्या घरी मुलांची हीच भाषा असते.''

''अरे हो, विसरलोच. तुझा छोकरा कुठाय?''

''मी मुलांना बरोबर आणलंच नाही.''

''अरे, मग सकाळी...''

''मला वाटलंच, तुझा गैरसमज होणार म्हणून. तो मुलगा माझ्या नणंदेचा. माझ्या लग्नाला सुनील, पंधरा वर्षं झाली. आता या वयात...''

''उसमे क्या बडी बात?''

'अहॅहॅ! म्हणे उसमे क्या बडी बात! या वयात तुला तुझी जयश्री प्रेग्नंट राहिली तर आवडेल?''

मी गप्प राहिलो. माझा चेहरा बदलला असावा. अनुराधेला कल्पना आली. ती पटकन म्हणाली,

''आय ॲम सॉरी!''

''इट्स ऑलराईट... मला वाटलं, तुला शर्मानं हेही सांगितलं असेल.''

''मी आणखीन तपशील विचारला असता तर सांगितलंसुद्धा असतं. मीच विषय वाढवला नाही.''

''घाबरलीस?''

''जवळजवळ तसंच.''

''कशाला?''

''तुझ्या लाईफची...''

“आणि वाईफचीपण...”
“हो, दोन्हींची कल्पना आल्यावर मला आणखीन खोलात जायची ताकद होईना. मला त्यामुळे माझ्या स्वास्थ्याची भीती वाटायला लागली.”
“खरंच अनु?”
“हो, असं वाटायला लागलं. जे सगळं तुझं व्हायला हवं होतं, ते दुसऱ्या कुणाचं तरी झालेलं आहे आणि त्याहीपेक्षा भयाण म्हणजे तो दुसरा कुणीतरी मला तितकाच हवासा वाटतो आहे.”
“खरंच राधा? तुला नवरा आवडतो?”
“तुला नाही जयश्री आवडत?”
मी निरुत्तर झालो. ती उमेदीनं आणि तृप्तीनं म्हणाली,
“असंच असतं आणि असायला हवं.”
“म्हणजे माझी तुला आठवण होत नाही, असंच ना?”
“होते.”
“किती वेळा?...”
“मधेच केव्हातरी होते, पण तेव्हा ढवळून टाकतोस सगळं.”
“मला बरं वाटावं म्हणून म्हणतेस?”
“मुळीच नाही. खरंच, सगळं उधळून टाकतोस, आठवतोस तेव्हा! संसार हा धीरगंभीर, उदात्त रागदारीसारखा असतो. तास तास चालणारा. ठाय, विलंबित, द्रुत, अशा अंगानं फुलणारा. केव्हा केव्हा फार संथ वाटणारा, उदास करणारा, कंटाळा आणणारा आणि मधेच तुझ्यासारख्या मित्राची आठवण, ही मोठा राग आळवून झाल्यानंतरच्या ठुमरीसारखी असते. दहा मिनिटांत संपणारी, पण सगळी मैफल गुंगत ठेवणारी. मरगळ घालवणारी.”

अनुराधेनं पूर्वीच्या चातुर्यानं मला गप्प केलं. माझा आवेश संपला. मी थकून गेलो. तिच्या सहवासानं मला जणू ग्लानी आली. मी पाहत राहिलो. तिनं मला ओढून घेतलं. मी तिच्या मांडीवर डोकं टेकून पडून राहिलो. माझ्या केसांतून हात फिरवीत ती बोलत राहिली...
“पण सुनील, त्याचं काय असतं की काही काही रागदारीत काही काही स्वर वर्ज्यच असतात. त्याला काय करणार?... म्हणून तुझ्या आठवणीत, सहवासात माझा नवरा बसू शकत नाही आणि एकमेकांच्या संसारात आपणा एकमेकांना स्थान नाही. वर्ज्य झालेला स्वर वाईट असतो म्हणून वगळायचा नसतो, तर एक राग उभा करायचा असतो, त्यासाठी आपण तो खुशीनं विसरायचा असतो... वाद्यातल्या तेवढ्या पट्ट्या उपटून फेकायच्या नसतात, त्यांना फक्त चुकवायचं असतं.”

“तुझं पटतंय. नाही असं नाही, पण सप्तकातले किती स्वर चुकवायचे?”
“तुला मूल झालं असतं म्हणजे इतकं फील झालं नसतं... मुलं आपलं आयुष्य भरून टाकतात.”
“असेल.”
“तू जयश्रीला एखाद्या स्पेशॅलिस्टला का दाखवत नाहीस?”
“प्रथम प्रथम खूप धावपळ केली. तिची दोन अ‍ॅबॉर्शन्स झाली. आता मलाच रस उरलेला नाही. भीती वाटते.”
“कसली?”
“मुलं तिच्याइतकी संशयी निपजली तर?”
“वेडा आहेस!”
“परिस्थितीनं झालोय.”
“हेही दिवस जातील सुनील. Don't worry.”
“राधा...”
“झोप असाच. You need rest.”
“सुनील, आज तू मला सावरलं.”
“मुळीच नाही. पुन्हा परिस्थितीनंच सावरलं.”
“No, no, surely not.”
“अनु, जयश्रीच्या संशयी स्वभावापायी गेली बारा वर्षं मी इतकं सोसलंय की, आतून पुरा पुरा पोखरून गेलोय. माझ्या हातून तसं काही घडलेलं नाही, म्हणूनच वारंवार मुळापासून हादरलो; पण दुभंगून गेलो नाही. अजून ताठ उभा राहू शकतो.”
अनुराधा काही बोलली नाही.
दरवाजाच्या चौकटीत ती दाराला कपाळ टेकवून उभी होती.
सात वाजायला आले होते.
तिचा पाय निघत नव्हता.
“राधा, तू नीघ आता. मी खालपर्यंत येण्याचं धाडससुद्धा करणार नाही. तुझी एवढी भेट मला आणखीन पंधरा वर्षं पुरेल. मला संगीतातलं कळत नाही, पण ठुमरीचा अर्थ समजला. पंधरा वर्षांनंतर आपण चौघं म्हातारे झालेलो असू. मग मिस्टर अनुराधा आणि मिसेस सुनील यांच्यादेखत मी तुझ्या मांडीवर डोकं टेकून पडलो, तरी त्यांना काही वाटणार नाही.”
अनुराधा मोठ्यांदा हसली. तिचं हसणं त्या जिन्याच्या पोकळीत मोठ्यांदा घुमलं.
“तस्साच वेडा आहेस!”
“क्यों? क्या हुआ?”
“पंधरा वर्षांनंतर अशी झोपायची तुलाही इच्छा व्हायची नाही, त्याचं काय?”

जयश्री सिनेमाहून परतली ती जणू तरंगतच. नवव्या मजल्यावर येताना तिनं लिफ्ट तरी वापरली की नाही कुणास ठाऊक! तिनं बेल वाजवली ती दार उघडलं जाईपर्यंत. घरात प्रवेश केला, तो गिरक्या घेत घेत. घरात आली ती तशीच बेडरूममध्ये गेली आणि तिनं एअरकण्डिशनिंग सुरू केलं. पाठोपाठ मीही आत गेलो.

माझ्या चित्तवृत्ती आज बहरून आल्या होत्या. मला या क्षणी जयश्रीची फार गरज होती. अनिवार ओढ लागलेली होती. ऑफिसात माझी केबिन रंगवायला काढली, म्हणून खरंतर मी रजा घेतली. पुढच्या गुरुवारी रजा तेवढ्यासाठी घ्यायची, असं आठ दिवसांपूर्वीच ठरलं होतं. जयश्रीनं आजचा दिवस सिनेमासाठी ठरवला आणि अनुराधा अचानक भेटली. दिवस सुरेख संपला होता.

संध्याकाळ आणि आता रात्र मस्तीत जाणार.

जयश्री फुलली आहे.

मघाशी अनुराधेच्या सहवासात, संयम पाळण्यात ज्या पंचेंद्रियांनी मला अजोड साथ दिली, ती आता बंड करून उठली.

मी जयश्रीच्या जवळ जाऊन बसलो. माझ्या खांद्यावर डोकं घाशीत ती म्हणाली, ''मी आत्ता मस्त मूडमध्ये आहे.''

''दिसतंच आहे. सिनेमा कसा होता?''

''पुन्हा पुन्हा पाहावा असा.''

''Is it?''

''होय. तुम्हाला तर मी खेचून नेणार आहे. नेहमी हिंदी सिनेमांना नावं ठेवता. हा बघा आता.''

''इतका चांगला असेल तर गोष्ट नक्की चोरलेली असणार.''

''तसं वाटत नाही. कारण हे असं कथानक कुठंही घडू शकतं.''

''असेल. पण ते प्रथम त्या लोकांना दिसतं आणि नंतर आपल्या.''

''असू दे. चोरलेलं असलं तरी क्रेडिटेबल आहे.''

''ऑफ कोर्स, काय चोरायचं हेही समजावं लागतं.''

''कथा ऐकणार?''

''नक्कीच ऐकणार. सांग.''

''थांबा, एक मिनिटात आले.''

''बस गं.''

''तुमच्यासाठी एक गंमत आणली आहे.''

''शहाण्यासारखा वागलो म्हणून?''

पण तोपर्यंत ती उठून गेली होती. स्वत:च्या प्रश्नाचं माझं मलाच हसायला आलं.
– आणि ते माझं शेवटचं हसणं ठरलं...
रागानं थरथरत जयश्री समोर येऊन उभी राहिली.
"कोण आलं होतं?" - ती किंचाळली.
तिच्या हातात गजरा होता.
– त्याच वेळेला मी तो अनुराधेला परत कसा दिला नाही?
"कोण आलं होतं?" - जयश्रीनं तोच प्रश्न पुन्हा विचारला.
ओनरशिप ब्लॉकच्या या स्लॅबनं केवळ चाक नव्हे, तर आमच्या संसाराचा अख्खा रथच गिळला होता.
"अनुराधा-"
मी सांगून टाकलं.
"Truth is a short cut."

शर्मानं मला इंटरकॉमवरून आज रेल्वेची आराधना करायला हवी, म्हणून सांगितलं. कंपनीची गाडी पुन्हा एकदा मेकॅनिककडे गेली होती. मी मग ऑफिसात ज्यांच्या खासगी गाड्या होत्या, त्यांना त्यांना इंटरकॉमवरून गाठलं. पण कुणाचं काही, तर कुणाचं काही काम होतं. घराच्या दिशेनं कुणीही सरळ जाणार नव्हतं.
– इथं तरी घर तातडीनं गाठण्याची कुणाला गरज होती? लवकर जाऊन काय भिंती पाहत बसू?
शेजारीच पत्त्याचा अड्डा पडतो. पण आपली आणि त्या खेळाची कधी गट्टीच जमली नाही. हातात कोणती पानं येतील याचा भरवसा नाही. त्या निर्जीव तुकड्यांना नशीब विकणं मला पसंत नाही.
वाट्टेल त्या पानांनी डाव जिंकता आला असता, तर संसार सुरळीत जमला नसता काय?

राणी त्या दिवसापासून रुसली आहे.
गुलाम पिचून गेला आहे.
त्या दिवसापासून घरात अबोलीची फुलं फुलताहेत. ही फुलं आमच्या ब्लॉकमध्ये तशी बारमास फुलतात. या वेळेला मात्र ज्याला 'वेडं पीक' म्हणतात, तसं पीक आलं आहे.
आल्यागेल्याजवळ सिनेमाची तारीफ चाललेली आहे.

मी ऑफिसातच दोन तास बसून काढले. नंतर केव्हातरी कंटाळून कंटाळून निघालो.

चाल चाल चाललो आणि चर्चगेटजवळ आलो.

स्टेशनवरची आणि गाड्यांची गर्दी पाहिल्यावर पुन्हा सगळ्याचा उबग आला. घराच्या ओढीनं धावती गाडी पकडणाऱ्या गुलामांचा हेवा वाटला.

गुलाम?

कशावरून?

हे तर सगळे त्यांच्या त्यांच्या संसाराचे सम्राट! या सर्वांची कुणी ना कुणी घरी वाट पाहत आहे. तास तास एखाद्या व्यक्तीची वाट पाहणं यासारख्या यातना नाहीत. पण कुणीतरी आपली वाट पाहत आहे, या जाणिवेसारखं सुखही नाही. या जाणिवेतूनच माणसं धावत्या गाड्या पकडतात.

मी स्टेशनातून बाहेर पडलो. पुन्हा चालत राहिलो. कोणत्यातरी आलिशान हॉटेलपाशी थबकलो. आतले मंद दिवे बोलावू लागले. हॉटेलचं नाव न वाचता आत शिरलो. टेबल निवडलं.

स्टुअर्ड अदबीनं येऊन उभा राहिला. पैसा फेकून नम्रता विकत घेता येते, याचं मला हसू आलं. तोंडाला येईल ती ऑर्डर मी नोंदवली. त्याला तो माझा चॉईस वाटला. बोलणारा आणि ऐकणारा यात एवढं अंतर असतं.

प्रथम टेबलावर काटा आणि सुरी आली. गुलाबाअगोदर काटा हाताला लागतो, हे फुलांच्या बाबतीत ठीक आहे. या आलिशान हॉटेलातसुद्धा प्रथम ही शस्त्रं टेबलावर, हाताशी का यावीत?

चलता है!

बायकोच्या हाताचा स्पर्श होण्यापूर्वी होमाचा धूर नाही का हैराण करीत?

तेवढ्यात समोर कुणीतरी पटकन येऊन बसलं. मंद प्रकाशामुळे व्यक्ती समजायला वेळ लागला. नंतर पाहतो तो वासुदेव भट.

''भटा, तू? आणि या साहेबी हॉटेलात?''

''आनाही पडा.''

''का बरं?''

''प्रोड्यूसर की कृपा!''

''What you mean...?''

''वह तो बडी कहानी है, भय्या.''

''आणि हे हिंदीचं खूळ...?''

''हिंदी भाषा मे सोचना चाहिये.''

''वाशा, मला बोअर करू नकोस.''

वासुदेव भट हसला.

''तू इथं कसा?''

"मी एका प्रोड्यूसरची वाट पाहतोय."

"हे आक्रित कसं काय घडलं?"

"हे आक्रित तब्बल साडेतीन वर्षांच्या तपश्चर्येनंतर घडलं."

"कसं पण?"

"नोकरी सोडली होती, हे तुला माहीतच होतं."

"त्याबद्दल मी तुला फोनवरून शिव्याही मोजल्या होत्या."

"त्या अजून कानात घुमतात."

"I am sorry!"

"ठीक आहे. शिव्या-ओव्या दुय्यम असतात. मूळ प्रेम हवं."

"हे तर आहेच... आता कसं चाललंय."

"बेस्ट! दुनिया झुकली आहे."

"रिअली?"

"पेपर वाचत नाहीस वाटतं!"

"नाही."

"रस्त्यावरची पोस्टर्स पाहत नाहीस?"

"बहुतेक नाही."

"का? एवढा राग का सिनेमावर?"

"कोणती ना कोणती नटी पाठमोरी उभी राहून ब्लाऊजची मागची बटणं काढीत आहे, हेच ना पोस्टरवर पाहायचं"

वासुदेव भट बोलला नाही.

"बोल ना!"

"काय बोलणार?... अशाच एका चित्रपटाचा मी लेखक आहे."

"खरंच? तिथं पोहोचलास का तू?"

"साडेतीन वर्षांच्या उपासमारीनंतर."

"तू नोकरी उगीच सोडलीस."

"No risk, no gain."

"हे तर आहेच."

शेजारून एक जोडपं गेलं. त्या बाईच्या कपडे असून नसलेल्या फिगरकडे मी पाहत राहिलो.

वासू माझ्याकडे पाहत होता. मी शरमलो.

"चलता है –" वासू निरिच्छ स्वरात म्हणाला.

"Are you fade up?"

"तर काय! माझ्या मूळ कथेत असं नसताना मला या टाईप एक सीन घालावा

लागला.''
''कोणत्या पिक्चरमध्ये?''
वासुदेवनं नाव सांगताच मी जवळजवळ ओरडलो,
''ती तुझी स्टोरी?''
''होय. का?''
''अरे, जयश्री मागच्या आठवड्यात त्याच सिनेमाला गेली होती. तेव्हापासून ती मॅड झाली आहे. घरात दुसरा विषय नाही. आल्यागेल्याजवळ तोच टॉपिक. काय स्टोरी तरी काय?''
''दोन वाक्यांची गोष्ट.''
''सांग.''
''तुला जयश्रीनं सांगितली नाही?''
क्षणभर मी गांगरलो. पण लगेच म्हणालो,
''मूळ लेखकाकडून ऐकण्यात जास्त मजा आहे.''
''प्रत्यक्ष पाहण्यात जास्त मजा आहे. स्टोरी मोठी नाही. ट्रिटमेंट महत्त्वाची आहे. कथा काय, काहींना ग्रेट वाटली; काहींना फालतू वाटली.''
वासुदेव भटकडून कथा ऐकताना मला वाटलं, हा बेटा माझ्याच घरात राहून गेला की काय? – एखाद्या इनव्हिजिबल माणसासारखा?
मी त्याच्याकडं नुसता पाहतच राहिलो. त्याची कथा कधीच संपली होती.
''क्यों भाई, क्या सोच रहे हो?''
''वासुदेवा, लग्नापूर्वीची प्रियकर-प्रेयसी एकमेकांना भेटतात आणि दोघांच्यात काहीही न घडता ते एक रात्र एकत्र काढतात, असंच ना?''
''गप्पा मारतात. चिक्कार.''
''नॉन्सेन्स!'' - मी चिडलो.
''का बाबा?''
''काहीतरी काल्पनिक निर्माण करता तुम्ही लेखक लोक आणि आम्हाला छळता.''
वासुदेव भट आता माझ्यावर उखडला. टेबलावर मूठ आपटत तो म्हणाला,
''काल्पनिक?... कोण म्हणतं काल्पनिक?''
''I am sorry.''
त्याचाही आवाज खाली आला. तो म्हणाला,
''सुनील, काल्पनिक, काल्पनिक असं काहीही असू शकत नाही. 'सत्' चे तुकडे सर्वत्र विखरून पडलेले असतात. आम्ही लेखक लोक ते हजार ठिकाणांहून गोळा करतो. त्याला कलाकृतीचा साज चढवतो आणि तुमच्यासमोर ठेवतो. ते संपूर्ण सत्य नसतं. म्हणूनच कथा, कादंबरी, नाटक, सिनेमा यांसारख्या वाङ्मयीन कृती

कुणाला पटतात, कुणाला पटत नाहीत. सत्याचं दर्शन ज्या स्वरूपात झालेलं असेल, तेवढ्या भागावर काहीकाहींचा विश्वास बसतो. बाकीच्या गोष्टी त्यांना काल्पनिक वाटतात.''

अनेक प्रश्नांची उत्तरं मिळाली होती. विषय संपवायचा म्हणून मी म्हणालो,

''जाऊ दे! संगीत, साहित्य यातलं मला फार कमी कळतं. तुझं पिक्चर जोरात चाललंय, पब्लिकनं उचलून धरलंय, याचाच मला जास्त आनंद आहे. तुझ्या गुणांचं कौतुक...''

पण पुन्हा काहीतरी बिनसलं. वासुदेव भट म्हणाला,

''पब्लिककी बात छोड दो यार! पब्लिकसारखी गाढव, अतिरेकी, खुळचट जमात नाही जगात.''

''इतकं सुरेख पिक्चर उचलून धरलं, तरी असं म्हणतोस तू?''

''तुला काय वाटलं, माझ्या कथेवर पिक्चर चाललंय? सुनील, तू सिनेमे पाहत नाहीस तेच बरंय. भाबडेपणानं बोलतोयस, पण फ्रेश आहेस त्यामुळे.''

''Don't pity me.''

''तुला काय सांगू? त्यातल्या एका चावट प्रसंगावर हे पब्लिक मरतंय. लेखकाच्या प्रतिमेपेक्षा एक अर्धनग्न नटी मोठी ठरू शकते, सुनील. त्यापायी मी मेलोय. ऊर फाटतोय माझा...''

त्याच्या हातावर थोपटल्यासारखं करीत मी म्हणालो,

''वासुदेव, एकूणएक पब्लिक तसं नाही. माझी बायको जी तारीफ करते आहे, ती पिक्चरच्या सब्जेक्टची, त्यातल्या संयमाची.''

''तेही संपूर्ण खरं नाही यार...! ती ट्रॅजेडी निराळीच आहे. या मोठमोठ्या नटांची लोकप्रियता लेखकाला मातीमोल करते. देव आनंद, दिलीपकुमार, राजेश खन्ना ही नावं आम्हाला नडतात. माझ्या याच कथेत हीरो-हिरोईन धमाल करतात असं मी दाखवलं असतं, तर तेही सयुक्तिक ठरलं असतं. 'Hero can do no wrong...' ही श्रद्धा आहे आमची.''

तो कोणी प्रोड्यूसर येईपर्यंत वासू बोलत होता. प्रोड्यूसर येताच मी त्याचा निरोप घेतला.

आमच्या ब्लॉकचं दार उघडं होतं. आत चार-पाच डोकी दिसली. जयश्रीचा आवाज लॉबीत ऐकू येत होता.

पिक्चरचं कथानक रंगात येऊन सांगणं चाललं होतं.

मी मग बाहेरच थांबलो.

जयश्री हिरिरीनं बोलत होती. शेवटी कथानक सांगून झाल्यावर ती म्हणाली,

''पण तुम्ही काहीही म्हणा, हे असे आदर्श पुरुष सिनेमातच सापडणार. प्रत्यक्षात एवढा संयम पाळू शकणारा माणूस मिळणं अशक्य. आलेली संधी पुरुष सोडतो काय कधी? नाटक, सिनेमा, कथा-कादंबरीत ठीक आहे हे सगळं –'' जयश्रीनं तिचं हे ठाम मत सांगून टाकलं.

क्षणभर खोलीत शांतता पसरली.

मला मात्र त्या क्षणी जयश्रीला ओरडून सांगावंसं वाटलं,

''मूर्ख स्त्रिये, अगं, असा एक मर्यादापुरुषोत्तम या क्षणी तुझ्या या उंबऱ्यात उभा आहे!''

१६ जानेवारी

त्या एवढ्याशा ऑफिसातले सहा-सात कारकून पुन्हा पुन्हा कॅलेंडरकडे पाहत होते. १६ जानेवारी या तारखेकडे प्रत्येकाचं लक्ष लागलं होतं! पण त्यातला प्रत्येकजण स्वत: कॉलेंडरकडे पाहत असताना आपण स्वत: ज्या कारणासाठी पाहत आहोत, त्या कारणासाठी बाकीचे पाहत नाहीत, अशी स्वत:ची समजूत करून घेत होता. पण देशपांडे कॅलेंडरकडे पाहायचे, तेव्हा जोशी देशपांड्यांकडे पाहायचा. जोशीने किती वेळा १६ जानेवारी ही तारीख पाहिली, त्याचा हिशेब पाटणकरकडे होता. पाटणकरच्या प्रत्येक हालचालीकडे राजवाडे नजर लावून बसला होता. लिहिता लिहिता मधेच एकदा दिवाडकर सर्वांवर नजर फिरवून पुन्हा पुन्हा मान खाली घालायचा. उघड उघड कॅलेंडरकडे बघण्याचं मानेला काहीच कारण नव्हतं, कारण लहानसं कॅलेंडर त्यानं टेबलावरच्या काचेखाली कायमचं लावून ठेवलं होतं! तरी तो सगळ्यांचा वेध घेतच होता. तसा वेध घेणं आवश्यकही होतं! माने हेडक्लार्क होता. सारखी कॅलेंडरकडं नजर टाकणं त्याला मुळीच शोभणारं नव्हतं. पण त्याच्या टेबलावर कॅलेंडर आहे, हे सगळ्यांनी हेरलेलं. त्या बिचाऱ्याला माहीत नव्हतं. प्रत्येकजण दुसऱ्यापुढे अज्ञानात आहोत असा बहाणा करीत होता. दुसऱ्याला अज्ञानात ठेवत आहोत, या जाणिवेत खूश (!) होता.

प्रत्येकाला दुसऱ्या दिवशी घडणाऱ्या घटनेबद्दल बोलायचं होतं! चर्चा घडून यावी असं वाटत होतं. हा लेकाचा याच विषयावर विचार करतो, असा टोला लगेच ऐकावा लागला असता, म्हणून प्रत्येकजण गप्प होता. बाब नाजूक होती. बाळंतपण ही घटनाच अशी! त्याच्याशी संबंध असणारे आणि नसणारेही- सगळेच गंभीर होऊन विचार करतात. त्यातल्या त्यात विचार करा... पहिलं बाळंतपण! आणि तेही ऑफिसात काम करणाऱ्या एकुलत्या एका मुलीचं! ती मुलगी दिसायला सुंदर आहे! चार मंडळींच्या 'सोशल' या शब्दाच्या अर्थासंबंधी ज्या अपेक्षा असतात, त्यात ती 'उस्से भी ज्यादा' आहे. मग सगळ्यांचं लक्ष १६ जानेवारी या तारखेकडं का लागू नये?

– कारण रजेवर जाण्यापूर्वी लीला फडणीस प्रत्येकाला सांगून गेली आहे, ''डॉक्टरांनी सोळा तारीख दिली आहे जानेवारीची. कुणाला सांगू नका...'' सगळ्यांनाच सांगताना तिनं, 'कुणाला सांगू नका' म्हणून प्रत्येकाला बजावलं आहे. प्रत्येकाला त्यामुळे मनातून वाटत आहे की, ही 'कॉन्फिडेन्शियल' बातमी फक्त आपल्यालाच माहीत आहे! लीलानं ही खास बातमी फक्त आपल्यालाच सांगावी, या जाणिवेनं प्रत्येकजण मोहरला आहे. पण मनुष्यस्वभाव पुन्हा आडवा येतो. ही खास बाब आपल्याला माहीत आहे, हे इतरांना समजणं आवश्यक आहे, याची प्रत्येकाला जाणीव आहे. त्यामुळे मनुष्यस्वभावानुसार ही गुप्त (!) बातमी आवेशाच्या भरात प्रत्येकानं सांगितली आहे. सगळ्यांनाच १६ जानेवारीचं महत्त्व समजलेलं आहे.

लीला फडणीसचा विषयच जर आज निघाला तर प्रत्येकाला तो हवा आहे. विषय निघाल्यावर काय काय बोलायचं, कोणकोणत्या कोट्या करायच्या, हेही प्रत्येकानं ठरवलेलं आहे! खोटी काय ती फक्त विषय निघण्याचीच आहे. मात्र आपल्याकडून तो विषय निघणार नाही, याची प्रत्येकजण दखल घेतो आहे.

''आजची बातमी वाचलीत का?'' पाटणकर विचारतो.

''कोणती?''

''डॉक्टरच्या निष्काळजीपणानं ती बाई–''

''हां... हां... वाचली!''

''काय नशीब बिचारीचं–'' राजवाडे हळहळले.

''तुम्हाआम्हाला नुसतं हळहळायला काय जातं! त्यावेळी विचार करता का?... महाराज, बाळंतपण म्हणजे पुनर्जन्म आहे पुनर्जन्म!''

– माने हेडक्लार्क आपलं डेसिग्नेशन विसरून बोलून गेले.

– पुन्हा सगळे गप्प झाले. लीलाच्या विषयाकडे गाडी वळवून पण वळत नव्हती! मग देशपांड्यांनी 'बाळंतपण' या विषयावर वाचलेला जुनापुराणा 'विनोद' ऐकवला. इतर लोक देशपांड्यांना 'नर्व्हस' करायचं नाही म्हणून हसले. जरा वेळ गेल्यावर दिवाडकर म्हणाला,

''उद्या सोळा तारीख! टेस्ट मॅच सुरू होणार!''

''बरी लेका आठवण केलीस. नाही म्हणजे मॅचची नाही, तर माझा रेल्वे पास संपतोय उद्याच.''

– लीला फडणीस माहेरी माटुंग्याला बाळंतपणाला गेल्याचं माहीत असलेला राजवाडे म्हणाला,

''आता तू एकदम माटुंग्यापर्यंतचाच पास काढावास हे बरं!''

''मी समजलो नाही...!'' पाटणकर म्हणाला.

''नाही म्हणजे, तुला कॉलेज जवळ पडेल. रूपारेलला जातोस ना?''
पाटणकर त्यावर चीऽप बसला.
''उद्या 'शिवसंभव' येणार का?'' दिवाडकरनं विचारलं. 'शिवसंभव' या शब्दावर जोशी-देशपांडे हसले.
''हसायला काय झालं? मी नाटकाचं बोललो.''
''आणखीन काय काय आहे उद्या?'' जोशीनं हसणं थांबवत विचारलं.
आपल्या अस्तित्वाची जाणीव करून देत माने म्हणाले,
''उद्या सोळा तारीख. पे-शीट्स तयार व्हायला हवेत.''
पुन्हा सगळे चुपचाप झाले. पुन्हा राजवाड्यांना हुक्की आली. जोश्यांकडं पाहत त्यांनी विचारलं,
''अनुराधा अंकातली 'पाळणा' कविता वाचलीत का?''
''आपण कविता वगैरे वाचत नाही.''
''आणि 'पाळणा' वगैरेंसारख्या विषयावरची तर मुळीच नाही. फार लहानपणापासून, पाळणा सुटल्यापासून, त्यांनी पाळण्याची धास्ती घेतली आहे.'' दिवाडकरांनी बोलून दाखवलं.
''पण पाळण्याचा संबंध तसा तोडता येत नाही!'' पाटणकरांनी 'पाळणा' विषयावर आपली हजेरी लावली.
''तसा आहे हो, पण तो थांबण्यापुरता किंवा लांबण्यापुरता.''
– सगळीकडं खसखस पिकली. हेडक्लार्कनं परत जाणीव करून दिली. इतर लोक आपल्याला फार 'सस्त्यात' घेतात, हे त्यांना खुपतं!
– मग शांतता!
या वेळेस शांततेचा भंग टेलिफोनने होतो. पाटणकर फोन घ्यायला धावतो, पण रॉंग नंबर असतो. पलीकडून फोन खाली ठेवल्याचा आवाज येतो. त्याच वेळेला एक कल्पना डोक्यात येऊन पाटणकर मखलाशी करतो. फोन न ठेवता तो तसाच बोलत राहतो.
''काय म्हणालात?... हां... हां... फडणीसांची बातमी होय? अजून अवकाश आहे. हां... म्हणजे नक्की कल्पना नाही... हो, हो... जरूर... एवढंच ना?... कळवीन कळवीन!''
पिनवर फोन ठेवत पाटणकर सांगतो, ''लीलाची मैत्रीण! बातमी विचारीत होती.''
''अजून अवकाश आहे ना?'' जोशी साळसूदपणाने विचारतो.
त्याच्याच एवढा थंड चेहरा ठेवीत राजवाडे म्हणतो,
''मला वाटतं उद्याची तारीख दिली आहे ना?''
''चोरा, जशी तुला तारीख माहीतच नाही ना? नाव कुठं नोंदवलं तेही माहीत

असेल तुला!''

''No interest..'' बिस्किटाचा तुकडा मोडावा, तसा राजवाडे तोडून बोलतो.

''आता तुला इंटरेस्ट नसायचाच!''

जोशी त्याच्या खनपटीला बसतो.

''केव्हाच नव्हता!'' तेवढ्यात तुटकपणे राजवाडे.

''मिस्टर, आमच्याशी थापा नकोत. बरं का देशपांडे, तुला एक गंमत सांगतो. ऐक. लीलाचं लग्न व्हायच्या आधीची गोष्ट. ड्रॉवरची किल्ली ती घरी विसरली. हा राजवाड्या तेव्हा तत्परतेनं पुढं झाला. 'बहुतेक माझी चालेल...' असं म्हणत त्यानं एक मिनिटात ड्रॉवर उघडून दिला आणि परवा लीला जेव्हा हनिमूनच्या रजेवरून सौ. फडणीस म्हणून परतली आणि तेव्हाही किल्ली विसरून आली, तेव्हा हा मख्ख! एवढंच काय, तिनं आपण होऊन मागितली, तर हा लेकाचा पुटपुटतो, ''आता चालेल असं वाटत नाही.''

''हे फार वाईट हं. एखाद्या व्यक्तीचा चांगुलपणा एवढ्या कसास लावणं बरं नाही.''

– जोशीनं आपली नापसंती व्यक्त केली.

''तर काय! लीला सहन करते म्हणून एवढा वाह्यातपणा बरा नाही.'' दिवाडकरनं 'री' ओढली.

राजवाडे जरासा बिथरला.

''सज्जन हो, आपण फक्त बोलणारी माणसं! आपल्या बोलण्यात वाह्यातपणा असेल, पण कपट नाही. आपली सर्वांची मर्यादा आपल्याला माहीत का नाही- ?''

– पाटणकर राजवाडेला सावरायचं म्हणून म्हणाला. पाटणकरचा हा मुद्दा हेडक्लार्क मान्यांना पटला. ते पटकन म्हणाले,

''बरोबर आहे आणि आपण फक्त मजेखातर बोलत होतो, याची लीलालादेखील जाणीव होती, म्हणून कोणत्याही मर्यादेपर्यंतची तिनं आपली चेष्टा सहन केली.''

राजवाडेला एवढा 'डिफेन्स' पुरेसा होता. खुर्चीवरून उठून पाटणकरकडे जात राजवाडे म्हणाला,

''– आणि हा चोर आता संभावितासारखा बोलतोय, पण तो तेव्हा रोज तिच्यासाठी रावळगाव टॉफीज आणायचा.''

''त्या काय, मी सगळ्यांनाच देतो. तुम्हीच एकदा बोलता बोलता आदर्श बायकोच्या कल्पना सांगताना लीलाचंच वर्णन केलंत सगळं.''

– पण या हल्ल्याने राजवाडे डगमगून न जाता म्हणाला, ''आणि बरं का रे, रोज तिला बसनं जायचा आग्रह करायचा. तेवढंच जरा शेजारी शेजारी... अं? कसं?''

''त्यातल्या त्यात-''

इथं टाळ्यांची देवाणघेवाण झाली.
"पुढं एकदा लीलाबाई 'हो' म्हणाल्या. हे राजेश्री बसनं गेले, आठ आणे घालवले आणि- आणि- एवढं करून शेवटपर्यंत वाटणीला कोण आलं शेजारी? तर एक भय्या! हाय रे भय्या!!"
"साफ खोटं! निव्वळ मत्सर हा. आम्ही एका सीटवर बसलेलो याला पाहवलं नाही. चेहरा टाकून उभा होता, स्टँडिंग अलाऊड 'टेन'मध्ये! एक दिवसाआड आकाशाकडे चेहरा करून म्हणायचा, देवाची लीला अगाध आहे! मनात म्हणायचा, देवाची लीला अप्राप्य आहे!"
"साफ चूक. आपल्याजवळ आत-बाहेर काही नाही."
"हे काय बुवा नवीनच?" संभाषण चालू ठेवायचं म्हणून दिवाडकरांनी विचारलं.
"तीन-चार दिवस हा हेडक्लार्कचं काम पाहत होता. लीलाला एकदाही 'लेट मार्क' दिला नाही. तिनं विचारलं, तुम्हाला याबद्दल काय देऊ? तर म्हणतो कसा, पाहिजे खूऽप, पण देतोय कोण!... मिळणार नाही ते मागा कशाला?"
"ए, ए, This is too much हं! नाही म्हणजे फारच. Too much bad हं! Too much..!!"
या सगळ्याला पूर्णविराम साहेबांच्या आगमनानं पडला. कॅलेंडरकडं पाहत पुन्हा कामं चालू झाली.
संध्याकाळी ऑफिस सुटण्यापूर्वी जोशी साहेबांच्या खोलीत आला.
"साहेब, जरा त्रास द्यायला आलोय!"
"काय चावटपणा आहे?"
साहेबांनी खास पद्धतीनं जोशीचं स्वागत केलं. चावटपणाचं उत्तर उद्या मिळणार आहे, असं वात्रट वाक्य जोशीच्या जिभेवर आलं होतं. ते गिळून जोशी म्हणाला, "उद्या रजा हवी होती. शक्य तो मी येण्याचा प्रयत्न करीन ऑफिसला... पण नाहीच जमलं तर सांगून ठेवतोय."
साहेबांनी मान वर न करताच 'ठीक' म्हटलं.
केबिनबाहेर पडताना जोशी मनाशी म्हणाला, "लेको, तुम्हा सर्वांच्या आधी उद्याची बातमी काढतो."
"मानेसाहेब, उद्या प्लीज, रजा द्या ना!"
"साहेबांना भेटा."
"नाही, नाही, आपलं तेवढं डेअरिंग नाही. तुम्हाला मोकळेपणी सांगू शकतो; कारण तुमच्या चांगुलपणाची खात्री पटली म्हणून."
एवढ्या प्रशस्तिपत्रकावर माने खूश झाले.
"बरं, बरं, जा. पण परवा एखादा तास लवकर या."

"Thank you!" राजवाडे स्वत:शीच म्हणाला.

"पेढे की बर्फी मीच सांगतो उद्या!"

– पाटणकरनं उद्या सरळ सरळ दांडी मारण्याचा विचार केला होता. साहेबांनी ऑफिस सोडल्यावर त्यांच्या टेबलावर गुपचूप चिठ्ठी ठेवून देशपांडे पसार होणार होता. दिवाडकर म्हणत होता, शेजारच्या वासूला उद्या ऑफिसात पाठवून येत नसल्याचं कळवावं; तर माने म्हणत होते, उद्या प्रकृती बरी नाही, असा बायकोकरवी फोन करावा ऑफिसात! 'सुलभा मॅटर्निटी होम' जवळच आहे. बायकोलाच पाठवून वरचेवर चौकशी करता येईल.

१६ तारीख उजाडली! ऑफिसात अकरा वाजता आलेल्या साहेबांना ऑफिसात शुकशुकाट दिसला. शंकर शिपायाखेरीज कुणीच जागेवर नव्हतं. साहेब वैतागले, पण राग तरी कुणावर काढणार? स्वत:शी चरफडत चरफडत ते खेपा घालू लागले. देशपांड्यांची चिठ्ठी त्यांनी टोपलीत भिरकावली. तेवढ्यात मान्यांच्या बायकोचा फोन आला. मग साहेब आणखीन वैतागले. वरिष्ठ अधिकाऱ्यांना हाताखालच्या माणसांचा रिपोर्ट करण्यासाठी ते जागेवर बसले. तारीख पाहण्यासाठी त्यांनी कॅलेंडर पाहिलं.

– मग ते शांत झाले. लिहिण्याचं काम बाजूला ठेवून ते फोनकडे वळले. गालातल्या गालात हसत त्यांनी मग 'सुलभा मॅटर्निटी होम'चा नंबर फिरवायला सुरुवात केली.

सत्कार

आपल्या घराचं फाटक बंद करीत असतानाच सरस्वतीबाईंना चाराचे टोले ऐकू आले. त्या स्वत:शीच म्हणाल्या –

''लक्ष्मी रोडवरून यायला मला पंचवीस मिनिटं लागली तर! हरकत नाही. ह्यांची औषधाची वेळ काही फारशी टळलेली नाही.''

पुढचं दार नुसतं लोटलेलं होतं. बाहेर पडताना सरस्वतीबाईंनी ते नुसतंच ओढून घेतलेलं होतं. दरवाजा नुसता ओढून घेतलेला त्यांना पटत नाही. एरवी घसघशीत कुलूप जरी लावलं, तरी ते दहा वेळा ओढून पाहिल्याखेरीज त्यांचं समाधान व्हायचं नाही. बाहेर पडतानाचा संवाद पण त्यांना आठवला. त्यांनी विचारलं होतं,

''बाहेरून कुलूप लावू?''

केशवराव म्हणाले, ''नको.''

''तुमचा मधेच डोळा लागला तर दारावर लक्ष कोण ठेवणार?''

''मी नाही झोपत. वाचत पडेन काहीतरी.''

''पाहा हं.''

''नक्की!''

बंद दरवाजा आवाज न करता उघडताना सरस्वतीबाईंना हे सगळं बोलणं आठवलं. चपला काढताना त्यांनी समोर पाहिलं. केशवराव खरोखरच वाचीत पडले होते.

''छान, मी गेल्यापासून सतत वाचन चाललेलं आहे ना? एवढा ताण देणं काही चांगलं नाही.''

''तुम्ही बायका खरोखरच और! झोप यायला नको म्हणून वाचतो आहे. एव्हाना झोपलो असतो तर म्हणाली असतीस, जाताना बजावलं तरी झोपलात की नाही?''

सरस्वतीबाई जवळ बसत म्हणाल्या,

''तसं नाही हो. पण सांगा बरं, ताण नाही का पडला इतका वेळ?''

''ताण कसला आलाय? वीस वर्षांपूर्वीची माझीच 'संपादकीय' वाचीत बसलो होतो. उद्या संपादकांनी एखादा लेख मागितला सत्कार विशेषांकात, तर आपली

तयारी असावी. बरं, भेटले का कुलकर्णी?''

''भेटले.''

''मी आजारी असल्याचं त्यांना समजलं होतं? का आजच तुझ्याकडून कळलं?'' जरा वेळ थांबत सरस्वतीबाई म्हणाल्या,

''त्यांना दोन दिवसांपूर्वीच समजलं होतं. आज-उद्या ते येणारच होते. त्यांना वाईट वाटलं फार सगळं ऐकून.''

केशवराव गहिवरून म्हणाले,

''वाटायचंच वाईट. हल्ली जाणं-येणं राहिलेलं नाही. पण वीस वर्षांपूर्वी आम्ही रक्ताचं पाणी करून मासिकाला हे आजचं स्वरूप आणलेलं आहे. कुलकर्णी हा मागचं विसरणारा माणूस नाही. केव्हा येताहेत?''

''एक-दोन दिवसांत नक्की. सध्या फारच गडबडीत आहेत; तरी येणार आहेत.'' कौतुकानं स्वतःशी हसत केशवराव म्हणाले, ''त्या प्राण्याच्या मागची गडबड कधी संपायची नाही. उद्या मृत्यू जरी आला समोर तरी त्याला ते सांगतील - 'मी जरा गडबडीत आहे.' ''

''इश्श! कसली अभद्र उपमा देताय?''

''अगं, आज प्रथम नाही दिली ही. मागं कैक वेळा त्याला मी बोलून दाखवलंय सगळं. फार लाख माणूस.''

सरस्वतीबाई मग उठल्या. केशवराव भूतकाळात गुंगले. नोकरी सांभाळून कुलकर्ण्यांबरोबर मासिकासाठी केलेली जागरणं त्यांना आठवली. स्वतःचे लेख आठवले. कवितांचे चरण डोळ्यासमोरून सरकले. कुलकर्ण्यांचा केव्हातरी फोन यायचा ऑफिसात. त्यांनी सांगावं, 'एखादा मजकूर या चौकटीसाठी-' केशवरावांनी म्हणावं, 'आठवत नाही.' मग कुलकर्ण्यांनी कविता मागावी आणि केशवरावांनी संध्याकाळपर्यंत चार-चार चरणाच्या अर्धा डझन कविता छापखान्यात नेऊन टाकाव्यात. त्या कविता वाचीत कुलकर्ण्यांनी म्हणावं,

'आम्हाला उद्या यमाचे चरण दिसण्याची वेळ आली तरी असा एखादा कवितेचा चरण काही सुचायचा नाही...'

''औषध घ्या-''

केशवराव भानावर आले. ग्लास हातात घेत ते म्हणाले,

''आणलंस का?''

''हो ना. औषधाची वेळ चुकते की काय याच काळजीत होते.''

''कुलकर्णी कोणत्या गडबडीत आहेत हे सांगितलं नाहीसच!''

''सांगते ना. रिटायर्ड जज आहेत ना ते, कोण बरं, काय नाव सांगितलं की–''

''ग्रामोपाध्ये का?''

"हो, तेच तेच! त्यांचा एकसष्टी समारंभ आहे. विशेषांक काढायचा आहे आणि समारंभाचे सभासदपण आहेत ते.''

"कोणत्या तारखेला?'' केशवरावांनी अधीरतेनं विचारलं.

स्वत: केशवराव आपल्या एकसष्टीच्या सोहळ्याकडे डोळे लावून बसले होते. त्या दिवसाच्या आत त्यांना बरं व्हायचं होतं. हिंडायचं, फिरायचं होतं. चार लोकांना भेटायचं होतं. थोडंसं प्रत्यक्ष, थोडंसं अप्रत्यक्ष सुचवून स्वत:चा समारंभ घडवून आणायचा होता. नाट्य, चित्रपट, साहित्य, माफक देशसेवा आणि चांगली २८ वर्षांची नोकरी —एवढ्या क्षेत्रांत वावरल्यावर बाकीचं काही जरी हाताला लागलेलं नव्हतं, तरी तेवढ्या पुण्याईवर एखादा असा समारंभ घडायला हरकत नव्हती, पण मधेच उपटलेल्या या आजारपणामुळे तेवढं तरी आता साधणार आहे की नाही, याची केशवरावांना चिंता लागली होती. जनतेला विस्मरण फार लवकर होतं. केशवराव नेहमी म्हणायचे, 'जो थांबला तो संपला!' त्याच उक्तीनुसार स्वत: केशवराव आता संपलेल्यांत जमा होते.

—आणि या जाणिवेचं दु:ख अत्यंत वैयक्तिक, पण तितकंच दाहक होतं. कोण्या एका घातवारी, केळ्याच्या सालीसारखी क्षुल्लक गोष्ट पायाखाली आली आणि तिनं केशवरावांना तीन महिने झोपण्याची शिक्षा दिली. पायाचं प्लॅस्टर निघायला तब्बल दीड महिना होता. साठीचा दिवस पंधरा दिवसांवर आला होता.

केशवरावांच्या मनाची घालमेल होत होती. सरस्वतीबाईंना त्यावर उपाय सापडत नव्हता. नातेवाईक, परिचित मंडळी ठरलेल्या दिवसांनी येत. भेटून जात. अर्थात साठीच्या समारंभाची खास आठवण त्यांनी ठेवावी, यातच नवल होतं. त्यामुळे या मंडळींपैकी जोवर कोणी त्या समारंभाची बाब काढत नव्हतं, तोवर केशवरावांना त्यांच्या भेटीचं वैशिष्ट्यपण वाटत नव्हतं.

पण आजच्या बातमीनं त्यांना हलकं वाटायला लागलं. कुलकर्ण्यांना त्यांची आठवण होती. ते त्यांना विसरले नव्हते. सरस्वतीबाईंना जवळ बसवून घेत केशवरावांनी विचारलं,

"कोणत्या तारखेला म्हणालीस?''

"अगदी योगायोग पाहा! तुमची आणि ग्रामोपाध्यांची तारीख एकच आहे. कुलकर्णी त्याच कामासाठी येणार आहेत. दोघांसाठी एकच गौरव अंक काढण्याच्या विचारात आहेत. तुमच्याकडून काही कल्पनाही हव्या आहेत त्यांना.''

तरतरी वाटून केशवराव उठण्याचा प्रयत्न करू लागले.

"हां, हां, उठू नका. तुम्हाला एकदम हुशारी वाटून तुम्ही असा काही प्रयत्न करणार, हे मला माहीत होतंच.''

पुन्हा पडून राहत केशवराव म्हणाले,

"त्यांना म्हणावं जरूर या. कल्पनांना तोटा नाही आपल्याकडे. पडल्या पडल्या सगळा अंक काढण्याची उमेद आहे अजून माझ्याजवळ."

थोडा वेळ शांततेत गेला. परत केशवरावांनी विचारलं,

"उद्या तू गावात जाणार आहेस का?"

"हो. तुमच्या त्या गोळ्या उद्या आणायला हव्यात का?"

"आणखी एक काम करायचं होतं. करशील?"

"इश्श! हे काय विचारणं? न करायला काय झालं?"

"तसं नाही गं! घरातलं सगळं तूच करतेस, आणखीन काही सांगण्याचा संकोच वाटतो."

"मनातही आणू नका तसं. सांगा, काय करू? आणखीन कुणाला भेटायचं का?"

"हो. विद्याधर नाटक मंडळीचे मॅनेजर आहेत ना, त्यांना भेट. तुला त्यांचं घर माहीत आहेच. त्यांना सांग मला भेटायला. नंतर त्यांच्याच पलीकडे ते आपटे राहतात. त्यांनी आणि मी एका चित्रपटाचे संवाद लिहिले होते. तेही धावत येतील माझ्या निरोपासरशी. जमेल का तुला एवढं?"

"हो. त्यात काय एवढं? जाईन उद्या!"

केशवरावांना हायसं वाटलं. त्यांनी व्यक्ती बरोबर हेरल्या होत्या. त्या दोन-तीन व्यक्तींना केवळ सुचवण्याचा अवकाश होता. असल्या कार्यात त्यांचं पाऊल पुढं असायचं. केशवरावांचा सत्कार घडवून आणणं हा आपट्यांच्या हातचा खेळ होता. बाहेरून आलेल्या सरस्वतीबाईंना चपला काढण्याची सवड न देता केशवरावांनी विचारलं,

"कोण कोण भेटलं? काय काय झालं?"

हाश् हुश् करीत व्यवस्थित बसत सरस्वतीबाई म्हणाल्या,

"म्हातारपण आणि बालपण यात फरक नाही म्हणतात, तो असा."

"मला कोण म्हणेल म्हातारा? मी पुन्हा तरुण झालोय कालपासून."

"तुम्हाला आता पुन्हा तरुण होऊन कसं चालेल? साठी समारंभ साजरा करायचा आहे की नाही?"

"ते तर आहेच गं!... भेटले का पण सगळे?"

"आधी मला हे विचारा की, मी एवढ्या लवकर कशी घरी परतले ते?"

"सांग पाहू.."

"तुमच्या त्या आपट्यांनी मला त्यांच्या मोटारीतून इथपर्यंत सोडलं."

"आं? त्यांनी मोटार घेतली? केव्हा?"

"झाले चार महिने."

''आणि तू त्यांना बाहेरच्या बाहेर जाऊ दिलंस? घरात नाही बोलावलंस?''

''अगदी चिक्कार आग्रह केला. तुम्ही खूप रागवाल हेही पुन्हा पुन्हा सांगितलं, पण फारच गडबडीत होते. केवळ मी दिसले म्हणून तसंच पुढे जाववेना म्हणाले. गाडीसुद्धा अशी जोरात सोडली होती. मला तर बाई भीतीच वाटत होती.''

''बरं, मग केव्हा येतो म्हणालेत?''

''एक-दोन दिवसांत.''

''बरं, विद्याधर नाटक मंडळीच्या लोकांना...''

''त्याची तर गंमतच झाली. जिना चढून वर गेले, तर आतून जोरजोरात बोलणं ऐकू येत होतं. आवाज नवीन होते, पण संभाषण ओळखीचं वाटत होतं. तेवढ्यात ते देशपांडे बाहेर आले आणि बाई मला त्यांनी पटकन वाकून नमस्कारच केला.''

डोळ्यांतलं पाणी पुसत केशवराव म्हणाले,

''भारी भावनाप्रधान माणूस! तो आपल्याला फार मानतो.''

''हो, पण मला किती चोरट्यासारखं झालं–''

''त्याला काय करणार, बरं मग पुढं?''

''मग काय, ते मला सरळ आतच घेऊन गेले. काही रसच वाटेना, बाई! सगळे नवीन चेहरे. फक्त देशपांडेच तेवढे ओळखीचे. माझ्याकडे पाहत म्हणतात, 'काय वहिनी, काही ओळखीचं वाटतंय का?' -माझे तर डोळे तिथेच भरून आले. त्यांनाही बोलवेना मग. नंतर म्हणाले, 'केशवरावांची साठी आम्ही साजरी करणार आहोत, त्यासाठी काही प्रवेश बसवतोय त्यांच्याच नाटकातले. येणारच आहे आता आमंत्रणाला.' ''

''त्यांना माहीत नाही ना काही?''

नव्हतं ना! -मी सांगितलं सगळं. फार हळहळले. पण म्हणताहेत, तरीही काहीतरी करू या म्हणून.''

काही वेळ दोघंही गप्प होती. जरा वेळानं केशवरावांनी विचारलं,

''आपटे कुठे भेटले?''

''अर्ध्या वाटेवरच भेटले. त्याच दिवशी त्यांच्या नव्या चित्रपटाचा मुहूर्त आहे. तरी ते येण्याचा प्रयत्न करीन म्हणालेत. त्याशिवाय...'' तेवढ्यात घंटा वाजली. सरस्वतीबाई उठल्या. फॅमिली डॉक्टर साठे आले होते. त्यांना खुर्ची देत सरस्वतीबाई म्हणाल्या,

''तुम्ही आज येणार हे विसरूनच गेले होते मी तर.''

''छान, केशवरावांच्या आधी तुम्हीच म्हाताऱ्या होणार तर मग.''

''नक्कीच! मी आता परत तरुण होत चाललोय.''

खिशातून स्टेथॉस्कोप काढीत डॉक्टर म्हणाले, ''छान, छान!''

त्यानंतर तपासणी झाली. इंजेक्शन झालं. ब्लडप्रेशर घेऊन झालं.
‘‘चहा घेणार?’’
‘‘नको आता-’’
सरस्वतीबाई नेहमीप्रमाणे डॉक्टरांना दरवाजापर्यंत पोहोचवायला गेल्या.
‘‘आज तुम्ही घाईत दिसताय!’’
‘‘छे, छे! तसं काही नाही.’’
‘‘अजिबात थांबला नाहीत. यांच्याशीही नीट बोलला नाहीत. आल्याबरोबर निघालात?’’
‘‘आज माझीच मन:स्थिती ठीक नाही. दोन-तीन सिरियस केसेस आहेत आणि... केशवरावांचं ब्लडप्रेशरही आज वाढलेलं आहे. काही कमी-जास्ती...?’’
‘‘म्हटलं तर आहे. नाही तर नाही.’’
‘‘म्हणजे?’’
‘‘साठी समारंभाचे वेध लागले आहेत त्यांना.’’
‘‘हो का? वा! अभिनंदन केलं पाहिजे मग. छान, छान!... पण जरा जपून हं. सांभाळा त्यांना. ताण पडू देऊ नका. आता त्यांची मन:स्थिती जास्त नाजूक बनली असेल.’’
‘‘हो ना!’’
‘‘आणि या असल्या समारंभात तर फार जपलं पाहिजे. सगळ्या गोष्टी काही अशावेळी मनासारख्या होत नाहीत. कारण चांगल्या कार्यातही स्वार्थसाधू असतातच. अशांकडून अकारण अपमान होण्याचीही शक्यता असते. बरं न बघवणारी माणसं हटकून येतात अशावेळी! आपले हात धुऊन घेतात आणि तेही सभ्यतेचा बुरखा पांघरून! एकाच्या साठीच्या समारंभात दुसऱ्याच्या साठीच्या समारंभाची टिंगल करतात आणि खऱ्या सात्त्विक वृत्तीच्या माणसाला हे सहन होत नाही. म्हणून म्हटलं, जरा जपा.’’
‘‘मी एकटी काय करू बाईमाणूस? जमेल तेवढं करते. कोणत्याही मार्गाने त्यांना प्रसन्न ठेवते.’’
‘‘बस! तेच महत्त्वाचं आहे. तशी भीती नाही. पण सांभाळावं. घाबरू नका. मी आहेच. केव्हाही हाक मारा.’’
‘‘तुमचे उपकार आहेतच. तुम्ही जरा त्यांच्याशी बोला ना सत्काराबद्दल! त्यांना बरं वाटेल.’’
‘‘आज नाही बोलत! त्या दिवशी एकदम हार घेऊनच येईन.’’

त्यानंतरचे सगळेच दिवस सरस्वतीबाईंचे फार धावपळीचे गेले. केशवरावांचे परिचित काही थोडेथोडके नव्हते. अर्थात सगळ्यांची घरं सरस्वतीबाईंना माहीत

नव्हती. प्रत्येक ओळखीच्या व्यक्तीला काही त्या भेटू शकत नव्हत्या. परत परत जायचं, ते काय ते आपट्यांकडे, नाटक कंपनीच्या बिऱ्हाडी आणि संपादकांकडे. केशवरावांनी रोज प्रश्नांचा भडिमार करायचा. स्वत:ला नेमक्या या वेळी अशा अवस्थेत टाकल्याबद्दल नशिबाला आणि देवाला दोष द्यायचा आणि डॉक्टरांनी ब्लडप्रेशर वाढू देऊ नका म्हणून बजावायचं. केशवरावांना समाधान एकाच गोष्टीचं होतं की, त्यांचा कोणाला विसर पडला नव्हता. साठीचा दिवस अगदीच वाया जाणार नव्हता. प्रत्येकजण स्वत:च्या व्यवसायात दंग होता. केशवरावांकडे यायला कुणालाही सवड सापडली नव्हती, पण सरस्वतीबाईंबरोबर सर्वांचे निरोप येत होते. शेवटी तो दिवस उगवला! -अगदी उजाडताच डॉ. साठे स्वत: हार घेऊन आले. त्यांनी स्वत:च्या हातांनी केशवरावांना हार घातला. केशवरावांच्या दोन्ही डोळ्यांतून पाण्याच्या धारा लागल्या. तशाच अवस्थेत त्यांनी डॉक्टरांना मिठी मारली, पण पाठोपाठ आवेग सहन न होऊन ते पलंगावर कोसळले. मग एकच धावपळ उडाली. डॉक्टरांनी लगोलग इंजेक्शन दिलं. केशवराव सावधही लवकर झाले. सरस्वतीबाईंना एका बाजूला नेत डॉक्टर म्हणाले, ''आज दिवसभर अशी वर्दळ राहणार. त्यांचे जुने स्नेही येतील आणि मग प्रत्येक वेळेला असा भावनावेग येणार त्यांना! मीच पहिला आलो आज ते ठीक झालं. तुम्हाला सांगून ठेवतो. आज त्यांना कुणालाही भेटू देऊ नका शक्यतो. कुणी आलेच हार वगैरे घेऊन तर नुसतं येऊ द्या. फार तर पाच मिनिटं बसू द्या, पण ही परिस्थिती सांगितलीत तर कुणी गैरसमज नाही करून घेणार.''

''नाही... नाही... तशी माणसं चांगलीच आहेत सगळी. मला फक्त यांचीच काळजी वाटते...''

''त्यांना तशी भीती काही नाही. मी परत दुपारी येईन. त्यांना भेटायला, गप्पा मारायला.''

सबंध दिवस सरस्वतीबाईंना काम पुरलं. अर्ध्या-अर्ध्या, पाऊण-पाऊण तासांनी त्या केशवरावांच्या जवळ जात आणि सांगत,

''हा हार तुमच्या ऑफिसातल्या लोकांचा. हेडक्लार्क जठार घेऊन आले होते. तुमचा जरा डोळा लागला होता म्हणून नाही उठवलं.''

केशवरावांच्या डोळ्यांतून नुसतं पाणी येत राहायचं. वारंवार ते म्हणत,

''कसला समारंभ हा! का सगळ्यांनी एवढं यावं? आणि मला त्यांना भेटण्याचीही परवानगी नसावी? कसला हा योग? कसला हा जगावेगळा सत्कार?''

त्यांचे डोळे पुसत सरस्वतीबाईंनी म्हणावं, ''आता त्याला इलाज आहे का काही? तुम्ही चांगले बरे व्हा. आपण सगळ्यांना मोठं जेवण देऊ.''

स्वत:चं समाधान करून घेत केशवराव म्हणाले,

''आपटे किंवा देशपांडे आले तर त्यांना मात्र मी भेटणारच हं. त्यांना तसं पाठवू नकोस.''

''त्यांचे हार त्यांच्या नोकराबरोबर येऊन गेले मघाशीच. त्या दोघांनीही, मग येतो म्हणून निरोप पाठवलेत.''

''असं? बरं.''

संध्याकाळी सात-साडेसात वाजता रमेश आला. बाहेरच्याच खोलीतले हार पाहून त्यानं आश्चर्यानं विचारलं,

''मामी, हे एवढे हार कसले?''

''ह्यांचा साठीचा समारंभ आज!''

''छान! आम्हालाच तेवढा पत्ता नाही. हे असं का?''

''अरे, मी एकटी बाई! यांचं सगळं मीच करते. दोन मुलगे आहेत. दोघेही गावाला. म्हणजे असूननसून सारखेच. गावात सगळ्यांकडे मीच एकटीनं हिंडायचं. कुठे कुठे जाणार मी एकटी? मी तर अगदी थकून गेले बाई.''

थोडा वेळ विचार करीत रमेश म्हणाला,

''आता मी त्यांना नुसता कसा भेटू?''

''आज नाहीच कुणाला परवानगी भेटण्याची.''

''वा! घरातल्यांनीपण भेटायचं नाही?''

''तू भेट रे, पण आपलं सांगितलं.''

''रिकाम्या हातांनीच?''

''यातलाच एक हार उचल आणि जा आत.''

''वा! मामांचं समाधान होईल, पण माझं समाधान?''

''आज त्यांचं समाधानच पाहायचं बाबा. सबंध दिवस हेच. बाकी आजच का, गेले पंधरा दिवस हाच प्रकार चाललाय.''

''कसला?''

''हाच. लपंडाव. लोकांनी मला फसवायचं, मी त्यांना फसवायचं.''

सरस्वतीबाईंना पुढं बोलवेना. पदरात तोंड लपवून त्या हुंदके देऊ लागल्या.

''मामी... मामी... काय झालं?''

''खूप सहन केलं. आज अनिवार झालं. नाही राहवलं म्हणून बोलले.''

''पण काय झालं?''

''कुणाला नाही रे किंमत या जगात. एवढं रक्ताचं पाणी केलं सगळ्यांसाठी यांनी. पण त्यांची एवढी इच्छा काही पुरी झाली नाही. तो संपादक बघायला तयार नाही. देशपांडे गुपचूप नाटक बसवताहेत. आमच्या तोंडाला पानं नेहमीच पुसायची. साधी ओळख दाखवायला तयार नाही तो आपट्या. त्यानं तर गाडी घेतल्यापासून त्याची

नजर वरच लागली आहे. यांच्या समाधानासाठी भिरीभिरी हिंडले पंधरा दिवस. खूप अनुभव घेतले विचित्र.''

''तू काय सांगतेस ते कळतच नाही... मग हे हार–''

''सगळे मीच विकत आणलेत. तासातासानं भेटते त्यांना आणि तोंडात येईल त्याचं नाव घेते. घे यातलाच एक हार, घाल त्यांना. या सगळ्या हारांत डॉ. साठ्यांचा खरा हार! तो मुद्दाम बाजूला ठेवलाय —''

स्वर

समोर तिघीजणी बसल्या होत्या. खारकर, पाटसकर आणि गोडबोले.

— निवड मलाच करायची होती. माझा खास असिस्टंट बोधनी आज आला नव्हता. तेव्हा जे काय मामुली प्रश्न विचारायचे असतात, ते मलाच विचारावे लागणार होते. वास्तविक ही असली कामं मी बोधनीवर सोपवून तेव्हाच निश्चिंत होतो. मॅनेजरच्या पदाला पोहोचलेल्या माझ्यासारख्या माणसाला ही किरकोळ कामं करायला वेळ नव्हता. टेलिफोन ऑपरेटर कम रिसेप्शनिस्ट म्हणून कोणतीही मुलगी का येईना! —रूप पाहून मुलगी पसंत करण्याचं माझं वय गेलं होतं. समोर बसलेल्या मुलींच्या वयाच्याच मला आता दोन मुली आहेत. ऑफिसच्या कामापायी त्यांच्यासाठी स्थळं पाहायलाही वेळ मिळत नाही. सारांश काय, तर या असल्या बारीकसारीक कामाला मला वेळ नव्हता, इंटरेस्टही नव्हता, पण आता ते काम करायला हवं होतं. मी आता काय-काय प्रश्न विचारणार, या विचारानं समोर बसलेल्या तिघीही जरा कावऱ्याबावऱ्या झाल्या होत्या, पण त्यांना हे कुठं माहीत होतं की, त्यांना काय विचारावं, याचाच मला प्रश्न पडलाय म्हणून?...

—जास्त तपशील मलाच नको होता. वेळेच्या वेळी फोन आले, अपॉइन्टमेन्ट्स सांभाळल्या गेल्या, येणाऱ्याजाणाऱ्या माणसाशी सौजन्यानं बोललं की, संपली कामं रिसेप्शनिस्टची!

''तुमच्यापैकी जास्त सर्व्हिस कुणाची झाली आहे?'' मी तिघींना एकदम प्रश्न केला. त्यांनी आपापसात एकमेकींकडे पाहिलं. त्यातली एकजण काही बोलणार, तेवढ्यात फोन वाजला. मी फोन उचलला. पलीकडून आवाज आला-

''शिरगावकर-रणदिवे सॉलिसिटर्स ऑफिस?''

''येस-'' मी म्हणालो.

''मॅनेजर आहेत का?''

''बोलतोय.''

पलीकडून तत्परतेनं ती म्हणाली, ''गुड मॉर्निंग सर.''

"गुड मॉर्निंग."
"सर, मी पुष्पा शाळिग्राम बोलतेय."
"बोला."
"सर, आत्ता आपल्या ऑफिसात मला इंटरव्ह्यूसाठी बोलावलं आहे. मला थोडा उशीर होईल. मी जरा अडचणीत आहे. थोड्या उशिरानं येईन. मला तेवढी सवलत मिळेल का?"
मी सर्द झालो होतो, तो केवळ तिचा आवाज ऐकून! -गोडवा, मार्दव आणि तरीही नाणं वाजवावं एवढा खणखणीत! तंबोऱ्याच्या तारांना जवारी लावल्यावर ज्याप्रमाणं स्वर काही काळ घुमत राहतो, त्याची आस काही वेळ मागं राहते, तसा काहीसा तिचा आवाज होता! जवारी लावलेला! —त्या आवाजानंच तिनं मला जिंकलं. तेव्हाच वाटलं, ही पुष्पा शाळिग्राम कशीही असो, केव्हाही येवो, पण हिची नेमणूक नक्की करावी.
हा आवाज आपल्याला जास्तीतजास्त ऐकायला यायला हवा.
नंतर मला समोरच्या मुलींना काही विचारावंसं वाटेचना. मी मनातल्या मनात पुष्पा शाळिग्रामला जागा देऊनच टाकली होती. उगीचच इंटरव्ह्यूला शोभतील असे मामुली प्रश्न विचारून मी त्या तिघींची बोळवण केली.
पुष्पा शाळिग्राम बरोबर एक तासानं आली. आल्यावर तिनं शिपायाबरोबर चिठ्ठी आत पाठवली. तिची चिठ्ठी आली, तेव्हा माझा चहा चालला होता. 'तिला आत पाठव–' असं शिपायाला सांगून मी तिच्यासाठीही चहा मागवला.
ती आत आली. येता येता तिनं मला अभिवादन केलं. कपातला शेवटचा घोट घेण्यासाठी मी कप तोंडाला लावला. तेवढ्यात फोन वाजला. पुष्पा शाळिग्राम तत्परतेनं पुढं आली. टेलिफोन ऑपरेटरचं रक्त अंगात खेळत असल्याप्रमाणं माझी अनुमती गृहीत धरून तिनं फोन उचलला.
—"धिस इज शिरगावकर – रणदिवे सॉलिसिटर्स ऑफिस." तिच्या जवारीदार आवाजात ती बोलू लागली. नंतर तिनं विचारलं, "मे आय नो, हू इज स्पीकिंग, प्लीज?" नंतर माझ्या हातात फोन देत म्हणाली–
"एस. एल. आपटे बोलताहेत."
माझं बोलणं संपेपर्यंत ती शांत उभी होती. मी 'बसा' म्हटल्यावर ती बसली. सौंदर्यसौष्ठव याचा विचार करण्याच्या वृत्तीचा मी फारसा नव्हतो. तरीही पुष्पा शाळिग्रामकडे पाहिल्यावर मला वाटलं, परमेश्वराकडे या मुलीला द्यायला काहीही असू नये, एवढा तो कफल्लक होता काय? या विचाराच्या पाठोपाठ दुसरा विचार आला, "छे, छे! परमेश्वर कफल्लक असता, तर त्यानं एवढा हेवा करावा असा आवाज पुष्पा शाळिग्रामला दिला नसता!"

समोर बसलेल्या त्या मुलीच्या गळ्यात तेजाचा तेवढा एकच बिंदू होता आणि टेलिफोन ऑपरेटरसाठी फक्त तेवढ्याच गोष्टीची गरज होती. मघाशी तिची सगळी हालचाल, तत्परता, बोलण्याची ढब याची नोंद मी केलेली होतीच. त्या ठिकाणी मोल करायचं होतं ते गुणांचं, रूपाचं नव्हे! हा सगळा विचार करून मी म्हणालो, ''मिस पुष्पा शाळिग्राम, तुम्ही उद्यापासून कामावर या.''

एवढ्या झटपट निर्णयाची अपेक्षा तिला नसावी. तिनं पटकन मला नमस्कार केला. तेवढ्यात तिच्यासाठी मागवलेला चहा आला. माझे पुन्हा आभार मानीत तिनं तो चहा घेतला आणि ती जाण्यासाठी उठली. तिचा आवाज परत ऐकायचा म्हणून मी विचारलं,

''उद्या वेळेवर याल ना? काही अडचण वगैरे...''

माझ्याकडे निर्भय नजरेनं पाहत ती म्हणाली,

''सर, तुमच्याशी मी थोडी प्रतारणा केली. मला माफ करा. मला अडचण अशी काहीच नव्हती. तुमच्यापर्यंत प्रत्यक्ष येण्याआधी केवळ आवाजानं पोहोचावं, हा माझा हेतू होता. टेलिफोन-ऑपरेटरच्या व्यवसायात आवाज महत्त्वाचा. माझ्याजवळ तेवढंच क्वॉलिफिकेशन होतं. म्हणून मी अगोदर आपल्याला फोन केला. मला क्षमा असावी.''

काही वेळ मी विचारात पडलो. एवढ्या मोठ्या आणि अशा खुलाशाची अपेक्षाच नव्हती. एखादी मुलगी नुसते 'हो' म्हणून निघून गेली असती. तिचा मोकळेपणा मला आवडला. कुणाशीही प्रतारणेनं न वागण्याची तिची वृत्ती आवडली. निर्भयता पटली आणि त्याच वेळेला स्वतःमध्ये असलेला गुण दुसऱ्यापर्यंत पोहोचविण्याचं तिचं कसबही आवडलं. तिच्या स्वरूपाची तिला असलेली जाणीव समजली. मी म्हणालो,

''डोण्ट वरी! तुम्ही जाऊ शकता. उद्यापासून या.''

परत एकवार नमस्कार करून पुष्पा शाळिग्राम निघून गेली.

दुसऱ्या दिवसापासून पुष्पा शाळिग्राम कामावर येऊ लागली. तिचा आवाज फोनमधून नित्य कानावर येऊ लागला. त्या आवाजानं केवळ मीच झपाटलो गेलो होतो असं नाही, तर ज्यानं ज्यानं तो आवाज ऐकला, त्याला त्याला पुष्पा शाळिग्रामची चौकशी केल्याशिवाय राहवत नसे. पण लोकांचं हे कुतूहल, कौतुक पुष्पा शाळिग्रामला प्रत्यक्ष बघेपर्यंतच टिकत असे. पुष्पा शाळिग्रामला पाहून आल्यावर कुणीही म्हणावं, ''छे बुवा! अगदी कोळसा..!'' मी मनात म्हणत असे, कस्तुरीकडून सौंदर्याची अपेक्षाच नाही. फक्त सुगंधाचीच अपेक्षा असते, पण या गोष्टी इतरांना सांगण्याच्या नसतात. फोनवर बोलताना कामापुरतं बोलणं आटोपल्यावर आणखीन चारदोन वाक्यांची देवाणघेवाण व्हावी, असं तिनं प्रत्येकाला वाटायला लावलं

होतं, यात वाद नव्हता! प्रत्येक बाबीत कमी पडलेली पुष्पा शाळिग्राम या एकाच देणगीत अग्रभागी होती.

पुष्पा शाळिग्रामनं आवाजाच्या जोरावर जसं अगदी पहिल्या दिवशीच मला जिंकलं होतं, तसंच त्याच वेळी तिलाही मी जिंकलं असावं! ती माझ्याशी फारच आर्जवानं आणि कशी अगदी आवाज भरून बोलायची. तिच्या बसण्याउठण्यात, हालचालीत, बोलण्याचालण्यात माझ्याबद्दलचा आदर, तिच्या काळ्या रंगाइतकाच ठसठशीतपणे दिसून यायचा. ऑफिस सुरू व्हायच्या आधी मी अर्धापाऊण तास लवकर यायचो. काही दिवसांनी ती माझ्याही आधी आलेली दिसू लागली. मी येण्यापूर्वी ती यायची. मी गेल्यावर जायची. शनिवारी तर माझ्याप्रमाणे पाच-पाच, सहा-सहा वाजेपर्यंत ती थांबायची.

एका शनिवारी दुपारी तीन वाजता मी तिला इंटरकॉमवरून म्हणालो,

''शाळिग्राम, तुम्ही गेलात तरी चालेल.''

''मी आपल्याबरोबरच बाहेर पडेन.''

''तुम्ही कशाला ताटकळता माझ्यापायी?'' मी विचारलं.

''मला तसं वाटत नाही, म्हणून थांबते.''

शेवटी मी तिला केबिनमध्ये बोलावून घेतलं.

''तुम्ही खरोखर जा.'' मी म्हणालो.

ती तशीच उभी होती. मी पुढे म्हणालो, ''चांगली अर्धी रजा मिळते शनिवारची. घरी जावं, मजा करावी. मला जायला मिळालं असतं तर मी आधीच पळालो असतो, पण आता तसं पळायला मिळणार नाही आणि पळायला मिळालं याचा आनंद वाटायचं वयही राहिलं नाही... तेव्हा तुम्ही जा. यू आर यंग. गो अँड एन्जॉय सॅटर्डे.''

भावनेच्या भरात मी अगदी घरगुती मोकळेपणानं बोललो, पण त्या मुलीच्या डोक्यात काहीतरी हललं. भरलेल्या आवाजात ती म्हणाली,

''सर, नुसतं तारुण्य पुरत नाही.''

माझ्यातलं वात्सल्य पुष्पा शाळिग्रामला कुठंतरी बोचलं. गैरसावधपणे तीही तसं म्हणून गेली आणि मग एखाद्या पाढ्यात नको तो आकडा आल्याचं लहान मुलाला समजल्यावर तो जसा त्याच आकड्यावर थांबून स्वत:ला सावरायला पाहतो, तसं पुष्पा शाळिग्रामचं झालं. मी म्हणालो,

''एक्सक्यूज मी. डोंट मिसअंडरस्टँड मी.''

''नेव्हर सर, नेव्हर.'' तीही पटकन म्हणाली.

जरा वेळ चमत्कारिकपणे गेला. नाटकातलं गाणं संपल्याबरोबर दुसऱ्या पात्राची एन्ट्री असावी आणि त्यानं लगेच येऊ नये; तेव्हा जशी चमत्कारिक अवस्था होते,

तसं झालं माझं!
मी मग एकदम विचारलं,
''शाळिग्राम, घरी कोण-कोण आहेत तुमच्या?''
''आई आहे, वडील आहेत, मोठा भाऊ डॉक्टर आहे.''
कुठंतरी वाचलेली पाटी आठवून मी विचारलं,
''म्हणजे ते डॉक्टर शाळिग्राम तुमचेच भाऊ का?''
''होय.''
''कशी काय चाललीय प्रॅक्टिस?''
''फारच चांगली. क्षणभर बोलायला रिकामा वेळ नसतो.''
''त्याशिवाय कोण आहे?''
''आणखी एक भाऊ आहे. माझ्यापेक्षा लहान आहे.'' –पुन्हा शांतता.
''शाळिग्राम, तुम्हाला एक विचारू का?''
''सर, हे न विचारता काहीही विचारण्याचा तुम्हाला अधिकार आहे.''
''थँक्स.''
''आणखीन, मला तुम्ही सरळ पुष्पा म्हणून हाक मारा.''
मी यावर नुसता हसलो.
''काय विचारणार होतात?'' तिनं आठवण करून दिली.
''तुम्ही–''
''तू म्हणा.''
''बरं तू. -पण तू नोकरी का करतेस? आणि किती दिवस करणार आहेस?''
''कर्ज फिटायला हवं म्हणून नोकरी करते. आणखी पाच-सहा वर्षं तरी लागतील कर्ज फिटायला.''
''कर्जाची जबाबदारी तुझ्यावर आहे? तुझा भाऊ एवढा डॉक्टर आहे ना?''
''होय. तो डॉक्टर आहे. त्याची प्रॅक्टिसपण चांगली चालतेय. पण कर्ज माझं स्वत:चं आहे... वैयक्तिक आहे.''
विचारात पडत मी म्हणालो, ''माझ्या लक्षात नाही येत.''
जरा वेळ थांबून ती म्हणाली, ''सर, माझ्यासारखी मुलगी ज्या आईवडिलांना असते, त्या आईवडिलांना ती मुलगी म्हणजे कर्जच नाही का?''
''छे, छे! असा थोडाच विचार करतात?''
''याहून निराळा हिशेब कसा करणार? लग्नाच्या बाजारात काय खपतं? फक्त सौंदर्य, तारुण्य आणि पैसा! या तीनच गोष्टी खपतात. गुण, चारित्र्य, चालीरीती या गोष्टी आम्ही साहित्यासाठी ठेवल्यात. व्यवहारात त्यांचा काय उपयोग? विकलं जातं ते सौंदर्य! –माझ्याजवळ ते नाही. तेव्हा राहिला पैसा. माझ्या पगाराचा पैसा

घरात खर्च होत नाही एवढी सुबत्ता आहे. पाच-सहा वर्षं नोकरी केली की कर्ज फिटेल.''
तिच्या विचारांची मला गंमत वाटून मी विचारलं, ''किती कर्ज आहे तुला?''
पुष्पा शांतपणे म्हणाली, ''आता पाहा, कातडीचा रंग काळा. एकदम काळा. भावबंधनमधल्या इंदू-बिंदूइतका. या काळ्या रंगाचे मी हजार रुपये धरलेत. केस आखूड, त्याचे पाचशे. डोळेही काही खास पाणीदार नाहीत, त्याचेही पाचशेच. ओठ जाड. त्याचे झाले हजार आणि सर, बांधा नाही. हल्लीच्या काळात बांध्याला केवढं महत्त्व आहे! मला तोही नाही. तेव्हा त्याचेच धरायला हवेत दोन ते तीन हजार! लग्नाच्या वेळी फक्त पैसाच धावून येईल. एखादा अडलेला वरपिता देईल त्याच्या गृहलक्ष्मीची जागा मला!... भाऊ मदत करणार नाही असं नाही, पण त्याच्या मनात खर्चाबद्दल काही यायला नको. नाही का?''
पुष्पा शाळिग्राम शांतपणे बोलत होती. एखाद्या मुलानं रीतसर गणित मांडावं, दिलेल्या गोष्टी, विचारलेल्या गोष्टी, करायची रीत, ताळा, त्याप्रमाणं तिनं गणित मांडलं होतं आणि आता ते सोडवायला सुरुवात केली होती.

बोधनीनं मला ती बातमी सांगितली, तेव्हा माझा विश्वास बसला नाही. मी त्याला पुन्हा पुन्हा विचारलं,
''नक्की अगदी? कशावरून पण?''
''नाना, तुम्ही केबिनमध्ये बसता. आम्ही बाहेर असतो. या गोष्टी पाहतो. अच्युत तिच्याबरोबर फिरतो, हे आम्हाला माहीत आहे. स्वत: अच्युतही काहीकाही सांगतो.''
बोधनीनं एवढं सांगितल्यावर मी काही बोललो नाही. बोधनी निघून गेला. बाहेर बसणाऱ्या इतर लोकांना अच्युतची ही निवड पाहून धक्का बसला असणार. धक्का मलाही बसला होताच, पण इतरांनी अच्युतच्या या 'टेस्ट'बद्दल त्याची कीव केली असली, तरी मी मात्र त्याचं अभिनंदन करणार होतो.
रूपापलीकडचं पाहणाऱ्या व्यक्ती असतात तर! अभिनंदन...
फोन उचलावा आणि पुष्पाचं अभिनंदन करावं, असा विचार माझ्या मनात येऊन गेला. मी तो कष्टानं दाबला. या असल्या बाबतीत गैरसमज जास्ती! खरा प्रकार जर तसा नसला, तर परत पुष्पाला काहीतरी वाटायचं...
पण बोधनीनं आणलेली बातमी खरी होती. एकदा मी त्या दोघांना बरोबर बाहेर जाताना पाहिलं. त्यानंतर एकदोनदा अच्युतनं व पुष्पानं एकाच दिवशी रजा घेतल्याचं ध्यानात आलं. पुष्पा मात्र होती तशी होती! तिच्या चेहऱ्यावर काही फरक, बोलण्याचालण्यात वेगळेपण, असं काही वाटलं नाही.
एकदोनदा मला पुष्पाची काळजीपण वाटून गेली. कुणी सांगावं? हा अच्युत तिला

फिरवायचा आणि द्यायचा सोडून! पण असे जरी विचार अधूनमधून सतावीत होते, तरी पुष्पाला मी सावध करू शकत नव्हतो. एक तर ती जरी मला मानीत होती, तरी माझा हा सल्ला तिला मानवला असता की नाही याची शंका होती आणि दुसरं म्हणजे तसंच काही असलं तरी ती मला आपण होऊन सांगेल, हाही आत्मविश्वास होताच! आणि या असल्या बाबतीत आपण होऊन या गोष्टी विचारण्यापेक्षा आपल्याला त्या त्यांच्याकडून कळलेल्या बऱ्या, असं म्हणत मी गप्प राहिलो.

पण तशी वेळ आलीच नाही. महिना-दोन महिने हे असे गेले आणि एक दिवस अच्युत साहनीनं स्वत:च्या लग्नाच्या पत्रिका सगळ्या ऑफिसला वाटल्या. सगळ्यांबरोबर त्यानं पुष्पाला जेव्हा आमंत्रण दिलं, तेव्हा पुष्पा माझ्या खोलीत होती.

आता पुष्पाला काही विचारण्यात अर्थ नव्हता.

ती मला आपण होऊन काही सांगेल हीही शक्यता नव्हती.

सांगून सांगून काय सांगणार? 'अच्युतनं फसवलं' हेच ती विव्हळून सांगणार ना? अच्युतसारखा माणूस सरळसरळ म्हणणार, 'लग्नाचा विचार करण्यापूर्वी आरसा पाहा–' म्हणून!

अच्युतच्या लग्नाच्या रिसेप्शनला सगळं डिपार्टमेंट गेलं. सार्वजनिक वर्गणीतून त्याला प्रेशर कुकर देण्यात आला. सगळ्यांबरोबर मी गेलो नव्हतो. ऑफिस सुटल्यावर जवळजवळ तासा-दीड तासानं मी बाहेर पडलो आणि पाहतो तो बाहेर काउंटरवर पुष्पा बसली होती! पुन्हा पंचाईत! तिला 'चल' म्हणायचं की नाही?... मी घुटमळलो. तेवढ्यात ती म्हणाली,

"नाना, अच्युतच्या रिसेप्शनला जाताय ना तुम्ही?"

"हो, निघालोय."

"थांबा, मलाही यायचंय."

"अरे! मग मघाशी का नाही गेलीस?"

"तुमच्यासाठी थांबले होते."

आम्ही बाहेर पडलो. वाटेनं आमचं फारसं बोलणं झालं नाही. जे झालं ते फार मोघम, तुटक झालं! पुष्पा अच्युतशी चांगली बोलली. तोही नीट बोलला. जणूकाही घडलंच नव्हतं.

दुसऱ्या दिवशी अकरा वाजता फोन आला. फोन पुष्पाच्या घरून आला होता. तिच्या धाकट्या भावानं तो केला होता. पुष्पा आजारी होती आणि दोन-तीन दिवस तरी येणार नव्हती.

हेही अपेक्षितच होतं.

त्यानंतरच्या शनिवारी मी ऑफिसला यायच्या आतच पुष्पा येऊन बसली होती. ती अगदी नेहमीइतकी नॉर्मल होती.

“प्रकृती बरी आहे?” मी विचारलं.

“होय.”

ऑफिस बंद होईपर्यंतचा वेळ फारच धामधुमीत गेला. मला पुष्पाची आठवण जी नंतर झाली, ती ऑफिसातले लोक गेल्यावर जवळजवळ सव्वा-दीड तासानं! पुष्पा आजारी होती, तेव्हा ती गेली असणार, असं म्हणतच मी फोन उचलला. मधे विलंब न जाता पलीकडून तोच जवारीदार आवाज आला,

“येस, सर?”

“अरे! तू गेली नाहीस का अजून?”

“मी तशी कधी जाते का, सर?”

“जात नाहीस गं. पण तुला बरं नव्हतं ना?”

“नव्हतं, पण आता बरी आहे.”

“दॅट्स गुड. आत ये आणि चहा सांग आपल्यासाठी.”

मी फोन खाली ठेवला.

पुष्पाच्या घरी तिचा हा प्रेमप्रकरणाचा इतिहास माहीत होता की नव्हता, याची कल्पना नव्हती. तिची समजूत घालणं मात्र मला जरुरीचं वाटत होतं. मला तिच्याशी हितगूज करायचं होतं. तिचं-माझं नातं जसं बापलेकीसारखं होतं, तितकंच स्नेहाचंही होतं. ती या प्रकारात कितपत पोळली गेली होती, हे मला कळायला हवं होतं.

पुष्पा आली. ‘बैस’ म्हणायची वाट न बघता बसली. काही वेळ तिचं निरीक्षण करून झाल्यावर मी म्हणालो,

“पुष्पा, मनाला फार लावून घेऊ नकोस.”

“नाना, कशाचं म्हणता तुम्ही?” तिनं शांतपणानं विचारलं.

माझ्या मनाचा फार गोंधळ उडाला. पुष्पाला या विषयावर चर्चा नको होती की, माझ्याशी तिला हे बोलायचं नव्हतं, हे कळेना. मी म्हणालो,

“मी कशाबद्दल म्हणतोय, हे तुला माहीत आहे.”

“तुम्ही अच्युतचं म्हणताय? मी ठीक आहे त्याबद्दल... मला ताप आला होता, तो शारीरिक होता. त्यात मनाचा भाग नव्हता की, कसला धक्काही नव्हता.”

मी म्हणालो, “ठीक आहे. मी म्हटलं, उगीच फसवणुकीचा धक्का बसायचा.”

“नाना, फसवणूक नव्हतीच त्यात. मला सगळं माहीत होतं. मी उलट त्यांची ऋणी आहे.”

“म्हणजे?”

“त्यांचं लग्न ठरल्याचं त्यांनी पहिल्यांदाच मला स्पष्टपणे सांगितलं होतं.”

“तुला त्याचं काही वाईट वाटलं नाही?”

''नाना, जे माझं होणारच नव्हतं, त्याबद्दल वाईट वाटण्याचं कारण काय? फसवणूक असती, तर क्लेश झाले असते.''

माझ्या मनाचा गोंधळ वाढत होता. मी पुष्पाला म्हणालो, ''पण मग तू त्याच्याबरोबर गेले दोन महिने हिंडली-फिरलीस कशी?''

''माझ्या समाधानासाठी.''

''पुष्पा, त्यात कसलं समाधान होतं?''

पुष्पा जरा थांबली आणि मग म्हणाली,

''नाना तुम्हालाच सांगते. मी निव्वळ स्वतःच्या आनंदासाठी अच्युतबरोबर फिरले. मला थोडा कैफ हवा होता. धुंदी हवी होती. पुरुष बाईसाठी कसा वेडापिसा होतो, हे मला लांबून पाहायचं होतं. माझ्या लग्नानंतर वैवाहिक जीवनात मला तसा कैफ अनुभवायला मिळेलच याची खात्री नव्हती.''

''तू कोड्यात बोलायला लागलीस.''

''नाही नाना. माझं लग्न नक्की होणार आहे. प्रत्येक स्त्रीला -मग ती कशीही असली तरीही -तिला पत्करणारा मिळतोच. पण नाना, माझ्यासारख्यांची लग्नं होतात, ही गरजेपोटी होतात. कुणाच्यातरी स्वप्नातली म्हणून नक्कीच माझा कुठं प्रवेश होणार नाही. कोणीतरी अडलेला पुरुष, एखादा बिजवर किंवा व्यंग असलेला, असा कोणीतरी गरजेपोटी मला पत्करणार. त्यात कसला कैफ?... त्यात कसली उत्कटता? आणि नाना, माणूस कशावर जगतो? कोणत्यातरी धुंदीसाठी जगतो. ते धुंदीचे, कैफाचे क्षण मला अच्युतनं दिले. आता मी कोणाचाही संसार, एवढ्या आठवणीवर मजेनं करीन...''

पुष्पा तळमळीनं बोलत होती. मी तिला थोडंफार समजू शकत होतो.

पण अच्युतचं काय? त्याला ही इच्छा कशी झाली? ते कोडं होतंच. मी म्हणालो, ''खरं आहे पुष्पा! तुझं फारसं खोटं नाही. पण अच्युत, त्याला-''

''माझ्याबद्दल कसं आकर्षण वाटावं, असंच ना? त्याला कारण, जरा निराळ्या अर्थानं नाना, माझं हे रूप! अच्युतची भावी बायको तेव्हा तीन-चार महिने बाहेरगावी गेली होती. एकदा पुरुषाच्या वासनेनं उसळी खाल्ली म्हणजे नाना, त्याला फक्त 'स्त्री' हवी असते. मग ती कशी का असेना! आता माझ्यासारखी मुलगीदेखील त्याला वेडंपिसं करू शकत होती, यातच नाही का सगळं आलं? मलाही तेवढंच बरं वाटत होतं. मला दहा मिनिटं जरी उशीर झाला तरी अच्युत भडकायचा, माझ्याशी अबोला धरायचा. माझा अहंकार तेव्हा सुखावला-''

पुष्पा शांतपणं सांगत होती. मी मधेच म्हणालो, ''वेडे पोरी! त्यानं आणखीन गैरफायदा घेऊन भलत्या थराला गोष्टी नेल्या असत्या तर?''

''नाना, तेवढी मी जागरूक होते. मला असा उतावीळपणा करण्याची, पायरी

सोडण्याची गरजच नव्हती. माझं लग्न निश्चित होणार आणि नंतर त्या सर्व गोष्टी वाटणीला आहेतच, यावर माझी श्रद्धा आहे. मी अच्युतला योग्य अंतरावर ठेवूनच मला हवा असलेला आनंद मिळवला. थोडासा अनावर झालेला पुरुष असला, म्हणजे आपल्याला खेळवणारी बाई सुंदर आहे की कुरूप, याचाही विचार करण्याच्या तो स्थितीत नसतो आणि नाना, मला माझ्या या कुरूपतेनंच वरदान दिलं म्हणायला हवं. अच्युत आणि मी हिंडत होतो, फिरत होतो; फार काय, मी अच्युतबरोबर त्याच्या होणाऱ्या सासुरवाडीलाही जाऊन आले. पण नाना, माझ्यासारख्या कुरूप मुलीबरोबर अच्युतसारख्या राजबिंड्या गृहस्थाचं काही 'गणित' असेल, अशी शंका घेण्याचं कुणाला धाडसच नाही झालं. नाना, जसं एखादीचं सौंदर्य अपूर्व असतं, तशी माझी कुरूपताही अपूर्व आहे-'' पुष्पा शांतपणे सांगत होती.

माझा आवाज बंद पडला होता. पुष्पा तशीच निरोप न घेता उठली. बाहेर निघून गेली.

बाहेर गेल्यावर पुष्पानं डोळे पुसले असतील का?...

जाऊन पाहू का पाठोपाठ?...

नको पण! तिचा आवाजच मला बरोबर सांगेल.

मी फोन उचलला. पलीकडून तत्परतेनं तोच जवारीदार आवाज आला,

''येस, नाना, नंबर हवाय?''

■

पहिली खेप

समोरच्या फाटकापाशी टॅक्सी येऊन उभी राहिली. तत्परतेनं एक तिशीचा गृहस्थ उतरला. आता त्याच्या पाठोपाठ एक गरोदर बाई खाली उतरणार, हा माझा कयास चुकीचा ठरला नाही. वास्तविक त्या दृश्यात नवीन असं काहीच नव्हतं. दिवसातून एक, कधीकधी दोन, क्वचित दिवशी आणखी जास्त वेळाही अशा टॅक्सीज येतात, अशीच जोडपी उतरतात! नवरा, पाठोपाठ टेकलेली गर्भार बाई! — असल्यास एखादी वयस्कर बाई! ज्या प्रमाणात बायका येत, त्याच प्रमाणात जातही! येताना ओढलेल्या-भारावलेल्या, चेहऱ्यावर, देहावर औत्सुक्य असायचं, परतताना तृप्ती असायची. मनाजोगतं अपत्य झाल्यास ही तृप्ती स्वयंस्फूर्त असायची. हृदयाच्या गाभ्यातून आलेली असायची. याउलट काही झाल्यास ही तृप्ती वरवरची असायची. हातीपायी सुटल्याचं समाधानच काय ते आपल्या मालकीचं! हातातला तो लाल लाल गोळा मात्र निर्विकार असायचा. आईवडिलांच्या चेहऱ्यावरचे भाव पाहताना माझ्या मनात विचार यायचा, चेहऱ्यावर चित्रविचित्र भाव दाखवणारी - मुखवटे पांघरणारी ही माणसंही अशीच दुपट्यांच्या गाठोड्यातून, लाल लाल देह धारण करून या जगात आली; ज्या गोळ्यांना तृप्ती माहीत नव्हती, अतृप्ती म्हणजे काय हे उमजलं नव्हतं!

टॅक्सीचं बिल चुकतं करेपर्यंत त्या गृहस्थानं बायकोला उभं राहायला सांगितलं. त्या बाईचे दिवस अगदी भरलेले असावेत. कदाचित कळाही यायला सुरुवात झाली असावी. तिचा चेहरा ओढलेला होता. गरगरून वाढलेल्या पोटावर तिनं एक हात दाबून धरला होता. जीवनातला तो महान यज्ञ बायकाच सहन करू जाणे! मला बाईचं ते स्वरूप बघवत नाही. खोलीत वळण्यापूर्वी माझी नजर सहज त्या पुरुषाकडे गेली आणि खोलीकडे वळणारी माझी पावलं तिथंच थबकली.

सगळेच पुरुष बायकांच्या बरोबर मॅटर्निटी होममध्ये येतात. आपापल्या बायकांची काळजी घेतात आपापल्या परीनं. डॉक्टरांच्या सुपूर्द करून घरी जातात. सवड असल्यास तिथंच थांबतात. पण हा पुरुष निराळा वाटला. प्रथमदर्शनीच वेगळा

वाटला. तसा दिसायला तो साधारणच होता. निमगोरा वर्ण, उंची मात्र व्यवस्थित! शरीर कमावलेलं नव्हतं. पण कष्टांची ओळख झालेलं होतं. पण मला जर कशानं थांबावंसं वाटत असेल, तर त्या पुरुषाच्या चेहऱ्यावरचे भाव पाहून! त्याचा चेहरा अत्यंत बोलका होता. त्याच्या अंत:करणातली खळबळ त्याच्या चेहऱ्यावर एखाद्या शिलालेखासारखी उमटली होती. त्याच्या प्रत्येक अवयवाच्या हालचालीत काळजी व्यक्त होत होती. बायकोच्या कमरेभोवती हात टाकून तिला आधार देत देत तो तिच्या चालीनं चालू लागला. वेदना होत होत्या बायकोला, पण हवालदिल झाला होता तो! या क्षणी त्यानं बायकोच्या सौख्यासाठी जीवही गहाण टाकला असता. कंपाउंडचं फाटक वास्तविक त्या दोघांना जाता येईल एवढं उघडलेलं होतं, पण त्या गृहस्थानं बायकोला थांबवलं. फाटक पुरतं उघडलं. शेजारच्या झाडाची एक डहाळी वाकून खालती आली होती. त्यांच्या चालीला तिचा अडथळा होणार नव्हता, तरी एका हातानं ती वर करीत त्यानं दुसऱ्या हातानं पुन्हा बायकोला आधार दिला. त्यांची पदयात्रा पुन्हा चालू झाली.

तेवढ्याच सावधानतेनं तो तिला पहिल्या मजल्यावर घेऊन आला. गॅलरीतून हलके हलके चालत ती दोघं आतल्या खोलीत गेली. पाचएक मिनिटांनी तो गृहस्थ एकटाच बाहेर आला. तिथल्या बाकावर क्षणमात्र बसला. बेचैन होत पुन्हा उभा राहिला. कठड्याला रेलून उभा राहिला. तोच काळजीयुक्त चेहरा... अपराधी हालचाली... भिरभिरणारी नजर! त्याचं निरीक्षण करण्याचा तेवढ्यातल्या तेवढ्यात मला छंद जडला. मी त्याच्याकडे पाहत उभा राहिलो. तो बसत होता, उठत होता, दरवाजापर्यंत जात होता, परतत होता... एखादी नर्स बाहेर आली रे आली की, तिला थांबवत होता, अधीरतेनं काही विचारीत होता, अपुऱ्या माहितीनं खट्टू होत होता. हे असं बराच वेळ चाललं होतं. त्याच्या शेजारी त्याच्यापेक्षा एक वयस्कर गृहस्थ उभा होता. त्याच्याशीपण त्याला बोलावंसं वाटत नव्हतं. बायकोप्रमाणेच तो स्वत:च्या व्यथेलाही जपत होता. घड्याळात साडेसहाचा टोला पडला. आता मला वेळ नव्हता. इतर व्यवसाय होते. वर्तककडून नोट्स आणायच्या होत्या. धाकट्या बहिणीसाठी किरकोळ औषधं घ्यायची होती आणि घरी जाऊन जेवण उरकून परत इथं येऊन अभ्यासाला सुरुवात करायची होती. तीही रात्री साडेनवाच्या आत!

रात्री नऊला जेवण आटोपून मी जेव्हा खोलीवर परतलो, तेव्हा त्या प्राण्याला जवळजवळ विसरूनच गेलो होतो.

कुलूप काढून दिवा लावला. खिडकी उघडली. माझ्या खोलीतल्या दिव्याचा उजेड समोरच्या 'गिरिजा मॅटर्निटी होम'च्या व्हरांड्यात बरोबर पडतो. तसा तो आताही पडला. त्या उजेडात, व्हरांड्यात ठेवलेल्या बाकावर तो गृहस्थ बसलेला मला

दिसला. आता मात्र त्याच्याकडे फार लक्ष द्यायला मला सवड नव्हती. 'प्रेम असावं तर असं...!' - असं मनाशी म्हणत मी वह्या-पुस्तकं काढून टेबलावर मांडली आणि अभ्यासाला सुरुवात केली. मधूनमधून खिडकीतून नजर बाहेर जात होती, तेव्हा तो गृहस्थ अस्वस्थपणे फेऱ्या घालताना किंवा भकासपणे दूरवर पाहताना दिसायचा.

रात्री बारापर्यंत मी नेहमीप्रमाणे अभ्यास केला. झोपण्यापूर्वी सहज बाहेर पाहिलं. तो प्राणी सगळे व्यवहार सोडून तसाच ताटकळत बाहेर बसला होता.

मला जाग आली ती घड्याळाच्या गजरानं! पाच वाजलेले असणार, असं म्हणत मी उठलो. आधी टेबललँप लावला. बघतो तो तीनच वाजले होते. घड्याळ बंद पडलं होतं आणि कसा कुणास ठाऊक, पाचाचा गजर तीन वाजताच होत होता. 'बेटं बिघडलेलं दिसतंय' - असं म्हणत मी खिडकीपाशी आलो आणि आश्चर्याची परमावधी झाली–

तो गृहस्थ अद्याप... अद्याप... तसाच ताटकळत फेऱ्या मारीत होता. मधूनच त्याचा हात डोळ्याकडे जात होता. साहजिक आहे. जागरणानं आणि मानसिक तापानं डोळ्यांची आग होत असणार. एकदोनदा असं झालं. मग मला जरा निराळी शंका आली. मी मग मोठा दिवा लावला. माझा अंदाज खरा ठरला. तो प्राणी रडतच होता. आता मात्र मला राहवेना. केवळ कुतूहल वाटून घ्यावं, एवढ्यावर थांबावंसं वाटेना. आता त्याचा परिचय व्हायला हवा. मी मग गॅलरीत आलो. अपरात्री टाळ्या वाजवून मोठा आवाज करणं इष्ट नव्हतं आणि टाळ्या वाजवून लक्ष वेधण्याइतकं अंतर नव्हतंही!

मी शुक् शुक् केल्यावर त्यानं अगोदर मागेच पाहिलं. एखाद्या नर्सनेच हाक मारली असावी असं वाटून त्यानं बंद दरवाजाकडे पाहिलं असावं. नंतर त्याची नजर माझ्याकडे वळताच मी त्याला खूण केली. क्षणमात्र तो घोटाळला आणि मग येत असल्याची खूण करून तो जिन्याकडे वळला.

तो येण्यापूर्वीच मी दरवाजा उघडून त्याच्या स्वागतासाठी तयार राहिलो. संथपणे तो एक-एक पायरी चढून वर आला. सावकाशीनं पायांतल्या चपला नीट काढून ठेवल्या. स्वभावाचा अंदाज घ्यायचा झाला तर तो साध्या चपला काढून ठेवण्याच्या पद्धतीवरूनसुद्धा घेता येतो. मला तो सीधासाधा वाटला. नंतर मी 'बसा' म्हटल्यावर तो नीट बसला.

दोन-तीन क्षण मग नुसते एकमेकांकडे पाहण्यातच गेले.

"आपण आता फक्कडसा चहा घेऊ या. चालेल ना?..." मीच सुरुवात केली. तो निमूटपणे 'हो' म्हणाला.

इलेक्ट्रिकची शेगडी चालू करीत मी आधण ठेवलं. साखर टाकता टाकता मी

विचारलं,

"काय म्हणतात डॉक्टर?"

जागरणानं आणि काळजीनं घोगऱ्या झालेल्या आवाजात तो म्हणाला,

"डॉक्टरलोक मनमोकळं सांगतील तर काय हवं होतं?... सकाळपर्यंत रिझल्ट लागेल एवढंच म्हणतात."

–त्याच्या उतावीळपणाचं मला हसू आलं. त्याच वेळी बायकोवरचं प्रेम पाहून हृदय भरून आलं. मी म्हणालो,

"चालायचंच! यापेक्षा जास्त स्पष्ट कल्पना नाहीच देता येत याबाबतीत."

"हो, पण माणसाला किती विवंचना लागते याची काही कल्पना! शास्त्र एवढं पुढं गेलं म्हणतात, पण याबाबतीत अजून आहे तिथं आहे!..."

"अहो, घाबरताय काय एवढे? डोण्ट वरी. सगळं ठीक होणार आहे."

"नाही हो नाही. या असल्या शब्दांनी नाही समाधान होत. छे! हे असं काही व्हायला नको होतं. वाईट... वाईट. हा संसार, या काळज्या, ही हुरहुर - हे सगळं तापदायक आहे. त्यात केवळ यातना आहेत." तो तळमळून बोलत होता.

त्याचं समाधान कसं करावं हा प्रश्न होता. तो त्याच स्वरात सांगत होता,

"हे गर्भारपण, बाळंतपण यातलं आम्ही काही घेऊ शकत नाही."

"अहो, युगानुयुगं हेच चालत नाही का आलं? श्रमांची ही वाटणी -ही निसर्गाची किमया आहे."

"किमया कसली? शाप आहे शाप. एका अत्युत्कट सौख्याच्या क्षणाचा हा तितकाच प्रचंड मोबदला आहे. एका तऱ्हेनं तो क्षण, ते सौख्यही विवाहित माणूस विकतच घेतो. त्याला नाव मात्र संसार, कुटुंब! सगळे फसवे शब्द... खड्ड्यात नेणारे..!"

"तुम्ही..."

"काही सांगू नका. तुम्हीपण मेंढरासारखे याच चाकोरीतून जाणार आहात. माझी सुधा तिकडे आत्यंतिक वेदनांनी तळमळत आहे आणि मी इकडे नुसताच तळमळतोय. तिच्या शेजारी उभं राहण्याचीपण मला परवानगी नसावी?... नवरा तेव्हा जवळ असला, तर काय जातं या डॉक्टरलोकांचं?"

"अशी प्रथा नाही... त्यावेळी स्वतःच्या बायकोलाच म्हणे संकोच वाटतो."

"तुम्हाला काय कळतंय त्यात?" — तो ताडकन म्हणाला.

"तुम्ही म्हणता ते खरं आहे. माझं लग्न अजून झालेलं नाही, पण आमचं कुटुंब मोठं आहे. मला खूप बहिणी आहेत. मला ऐकून सगळं माहीत आहे."

"म्हणजेच सगळं वाईट आहे. आनंदाच्या आणि दुःखाच्या अत्युत्कट प्रसंगी नवरा-बायको नेहमी जवळ हवीत... जवळ हवीत."

बोलता बोलता तो प्राणी रडायला लागला. त्याचं सगळं शरीर गदगदा हलू लागलं. चहा टाकून शेगडीवरून भांडं उतरवून मी पटकन त्याच्याजवळ गेलो. त्याच्या पाठीवरून हात फिरवीत मी म्हणालो,

"तुम्ही वेडे तर नव्हेत? रडताय काय? एवढी काळजी काय करता? सगळं व्यवस्थित पार पडणार आहे. तुम्हीच धीर सोडता होय असा?"

"तुम्हाला कल्पना नाही हो! प्राणापलीकडे आमचं प्रेम आहे एकमेकांवर. तिच्याशिवाय मी एक मिनिट जगू शकणार नाही!"

"पण तुम्हाला तसं जगा म्हणून कोण सांगतंय?"

"मी दुष्ट आहे... फार दुष्ट आहे... मी असं काही करायला नको होतं. मोहाच्या आहारी जायला नको होतं. मला मूल नको, बाळ नको... मला माझी सुधा हवी... सुधा पाहिजे."

तो पुन्हा रडू लागला. त्याला काही काळ तसंच रडू देणं योग्य वाटलं मला. खूप काळचं, खूप अपघातांचं आणि खूप अपेक्षाभंगांचं दु:ख साठत येत असतं. एखाद्या व्यक्तीच्या रडण्यामागे केवळ ताज्या घटनांचं दु:ख कधीच नसतं. फक्त एखादी ताजी घटना त्याला अश्रू वाहायला कारणीभूत ठरते, बघणाऱ्याला मात्र तेव्हा वाटून जातं की, एवढ्या क्षुल्लक प्रकारावरून त्याला रडायला का यावं?

—बायकोला दिवस राहिल्याचं कळल्यापासून, किंबहुना संसारात अगदी अडकल्यापासूनच या माणसानं खूप सोसलेलं असलं पाहिजे. बायकोच्या बाळंतपणाची व्यथा ही त्याच्या दु:खाची अंतिम कडा असावी.

तो रडत राहिला. मी शांतपणे चहाचे कप भरू लागलो. चहाचा कप हातात देईपर्यंत तो बराचसा निवळला होता. आमचा चहा झाला. नंतर त्याने तोंड धुण्याची इच्छा प्रदर्शित केली. मी त्याला नळ दाखवला. तोंड धुऊन आल्यावर त्याला बरंच हलकं वाटलं. तो मोकळा झाला. माणसात आला. मघापेक्षा तो जास्त मोकळेपणी पलंगावर बसला. माझ्याकडे पाहून तो प्रसन्नपणे हसला.

"तुमचं लग्न होऊन किती वर्षं झाली?"

"दीडच वर्ष झालं-" त्यानं तत्परतेनं उत्तर दिलं.

"लव्हमॅरेज?"

"हो."

"घरी कोण कोण आहेत?"

"फक्त आई. मोठी बहीण आहे, पण ती गावाला असते."

त्या गृहस्थाची आई आज कशी आली नाही, याचं मला नवल, कुतूहल वाटलं. कदाचित तो भाव माझ्या चेहऱ्यावर तरळून गेला असावा. कारण तो लगबगीनं म्हणाला,

''मातोश्रींना आमचं हे लग्न पसंत नाही. तिनं आमच्यासाठी दुसरी मुलगी योजून ठेवली होती...''

''ती तुम्हाला पसंत नव्हती...''

''छे, छे! मला ते माहीतच नव्हतं. त्याआधीच मी तिला माझं प्रेम सांगितलं. आपण मुलाच्या इच्छेआड आलोच नाही- असा मोठेपणा मिळवण्यासाठी तिनं मला परवानगी दिली आणि आता घरातल्या घरात उभा दावा आहे एकमेकींचा.''

''मग तुम्ही...''

''स्वतंत्र का राहत नाही, असंच ना?... तीच गंमत आहे. बाह्य देखावा असा बेमालूम आहे आपलेपणाचा की, मी उद्या स्वतंत्र झालो तर सगळा ठपका माझ्यावर यावा.''

''अजब आहे!''

''अजब असं नाही. तिचा सगळा ओढा मुलीकडे आहे.''

''चालायचंच. मुलगी लांब असते ना? ... तुम्हाला आता गोड छोकरा होईल, मग त्यांचा राग आपोआप निवळेल.''

''पाहू या आता.''

- तो काहीसा निरिच्छेनं म्हणाला. सासूसुनेचे संबंध सुधारतील, याची त्यानं अपेक्षा साफ सोडून दिली असावी. त्याला तो विषय संपवायचा होता म्हणूनच की काय, तो गॅलरीत जाऊन उभा राहिला. मीही त्याच्यापाठोपाठ गेलो आणि योगायोग असा की, त्याच वेळी 'गिरिजा मॅटर्निटी होम'च्या व्हरांड्यात दिवा लागला. पाठोपाठ मधला दरवाजा उघडला गेला. नर्स बाहेर आली. आमच्याकडे तिचं लक्ष जाताच तिनं ओरडून सांगितलं,

''मिस्टर घाटे, काँग्रॅच्युलेशन्स! पेढे हवेत पेढे..''

घाटे स्वत:भोवतीच गर्रकन फिरले. माझे दोन्ही खांदे घुसळीत ते म्हणाले,

''पाहिलंत? –इतका वेळ मी तिथं होतो आणि प्रत्यक्ष मुलाच्या जन्माच्या वेळी मात्र इथं रमलो. चुकलं माझं. मी कमीतकमी त्या गॅलरीत, भिंतीच्या पलीकडे का होईना, पण तिथं असायला हवं होतं.''

एवढं बोलून घाटे फिरले आणि मला सोडून जिन्याची एकेक पायरी गाळून-गडबडीनं खाली गेले.

त्यानंतर दहा दिवसांपर्यंत घाटे अगदी नियमितपणे येत राहिले. एका अत्यंत नाजूक क्षणाला त्यांचा माझा परिचय झाला होता. त्या एका रात्रीत आम्ही इतके जवळ आलो की, औपचारिकपणाचे पंख हा हा म्हणता गळून गेले. एकमेकांची नावंही आम्ही एकमेकांना विचारली नाहीत. माझ्याप्रमाणे घाट्यांनाही ते जाणवलं होतं. दुसऱ्या दिवशी मला भेटताच ते म्हणाले,

''काल तुमच्याशी खूप मैत्री असल्याप्रमाणे बोललो; पण तुमचं नावही शेवटपर्यंत विचारलं नाही. तुम्ही म्हणालाही असाल की, हा गृहस्थ असा काय म्हणून!''

''छे, छे! तसं काही नाही. मी तरी तुमचं नाव कधी विचारलं? नर्सने पहाटे पेढे मागितले, तेव्हा मला तुमचं नाव समजलं.''

मूठभर पेढे माझ्या हातात ठेवीत ते म्हणाले, ''घ्या, घ्या. पेढेच पेढे. पोटभर घ्या.''

– घाटे येताना बहिरी ससाण्याप्रमाणे वेगानं येत. परतताना कासवाच्या गतीनं परतत. दहा-दहा वेळा मागं वळून पाहत. नियमाप्रमाणं भेटण्यासाठी जेवढा अवधी असायचा, त्यापेक्षा दहा-पंधरा मिनिटं जास्तच रेंगाळत. येताना बायकोसाठी अनेक पदार्थ खायला घेऊन यायचे. डॉक्टरांनी त्याला मनाई केली की, ते सगळे जिन्नस माझ्या खोलीवर येऊन पडत. प्रत्येकवेळी डॉक्टरांचा आणि त्यांच्या शास्त्राचा धिक्कार ठेवलेलाच. त्या दहा दिवसांत घाट्यांची आई मात्र दवाखान्याकडे फिरकलेली मी पाहिली नाही! नातवंड झाल्यावर म्हाताऱ्यांचा विरोध बोथट होतो म्हणतात, पण घाट्यांची आई भलतीच कडवी दिसली.

दहाव्या दिवशी बायकोला न्यायला घाटे एकटेच आले. आई असून पोरका झालेल्या घाट्यांकडे पाहून मला भरून आलं. मी त्या दोघांना टॅक्सीपर्यंत पोहोचवायला गेलो. त्यांच्या मुलाच्या हातात पाचाची नोट ठेवताना मी म्हणालो,

''वहिनी, जपून राहा. तुम्हाला आता दोन मुलांना सांभाळायचं आहे.'' माझ्या बोलण्यातला अर्थ समजून दोघंही हसली.

त्यानंतर घाटे मला भेटले नाहीत. त्यांचा पत्ता माहीत असूनही मला जायला जमलं नाही. पुढे माझी परीक्षा संपली. मी पासही झालो. थोड्याशा वशिल्यानं मला एक फिरतीची नोकरी मिळून गेली. जेवढं स्वास्थ्य त्या वयात मिळायला हवं, तेवढं मला मिळालं होतं. माझ्याहून एक वडील भाऊ आणि बहीण यांच्या लग्नाचे वारे घरात वाहत होते. माझ्या लग्नाचा विषय अर्थातच एवढ्यात उपस्थित होणार नव्हता. फिरती आटोपून मी पुण्याला आलो की, लग्नाचे पुढचे एकेक टप्पे समजत. 'गिरिजा मॅटर्निटी होम'जवळच्या खोलीवर माझा धाकटा भाऊ -अविनाश -इंटरचा अभ्यास करीत होता; तरी पुण्याला आलो की, मुक्कामाला मी खोलीवरच असायचो!

अशाच माझ्या एका मुक्कामात मी खोलीवर असताना समोर रिक्षा उभी राहिली. आतून घाटे उतरले. खाली वाकून त्यांनी आपल्या मुलाला उचलून घेतलं. पाठोपाठ त्यांची पत्नी हलके हलके खाली उतरली. ती दुसऱ्यांदा गर्भार होती. खूप दिवसांनी पाहूनसुद्धा या वेळेला ती मला जास्त थकलेली दिसली. घाट्यांसाठी न थांबता ती आत आली. घाटे आपल्या मुलात दंग होते. त्यांनी मुलाला रिक्षाचा हॉर्न दाखवला. रिक्षावाल्यानंही तो कौतुकानं वाजवून दाखवला. घाट्यांच्या मुलानं चिमण्या हातांनी

टाळ्या वाजवून आनंद प्रकट केला. रिक्षा निघून गेली. घाट्यांनी मुलाला खाली उतरवलं आणि त्याच्या चालीने ते हळूहळू चालू लागले. तोपर्यंत घाट्यांची बायको पहिल्या मजल्यावर पोहोचली होती. तेवढ्यात घाट्यांचं लक्ष माझ्याकडे गेलं. माझ्या दिशेनं हात करीत ते मुलाला म्हणाले,

''काकांना नमस्काल कल पाहू-''

त्या पिटुकल्यानं हात जोडले. घाट्यांना धन्यता वाटली. माझ्याकडे सहर्ष पाहत ते म्हणाले,

''भेटतोच मग-''

''जरूर!''

या वेळेला घाटे पत्नीबाबत जरासे तटस्थ वाटले. पहिल्या अपत्यानंतर कदाचित तसं होतही असेल. 'मग भेटतो' असं ते मला म्हणाले, पण न भेटता तसेच मुलाला घेऊन दहा-पंधरा मिनिटांतच निघून गेले.

रात्री नऊ वाजण्याच्या सुमारास ते अचानक खोलीवर आले. बरोबर मुलगा होताच.

''या.'' —मी त्यांचं स्वागत केलं.

''तुम्हाला त्रास देणार आहे आज. छोकरा इथंच झोपेल खोलीवर. चालेल?''

''चालेल की, आणि तुम्ही?''

''मी समोर व्हरांड्यात राहीन..''

''कशाला? त्याची काय गरज? तुम्हीपण इथंच झोपा. समोर सांगून ठेवू. उगीच कशाला जागरण करता?''

''नको... नको. मी आपला तिकडेच बरा.''

मग मी चहा बनवला. रात्री जागायचं असल्यामुळे घाटे चहा नको म्हणाले नाहीत. उरलेलं दूध मी त्यांच्या छोकऱ्यासाठी ठेवून दिलं. घरचा विषय काढलेला घाट्यांना आवडणार नाही, म्हणून मी गप्प बसलो, पण तो विषय त्यांनीच आपण होऊन काढला. अजून त्यांची आई तेवढ्याच हेकटपणानं वागत होती. मायेचा देखावा चालू होता. नातवाचं तिला आकर्षण नव्हतं. हे सगळं सांगून ते म्हणाले,

''बायकोचं मन सांभाळायला जावं, तर बाईलवेडा म्हणून शिक्का बसतो. आईचाच सूर आपण सांभाळला, तर ज्यांच्याबरोबर सगळं आयुष्य घालवायचं त्या बिथरून जातात. मधल्या व्यक्तीवर असा काही ताण पडत असेल, हे त्यांच्या गावीही नसतं. आमचा मात्र मधल्यामध्ये सँडविच होऊन जातो.''

आलेलं हसू प्रयासानं आवरीत मी विचारलं, ''तो कसा काय?—''

थोडंसं रंगात येत घाटे म्हणाले, ''त्यात खूप प्रकार असतात. अर्थात हा आपला माझा अनुभव आणि माझ्याच गावंढळ उपमा. मला स्वतःला सँडविच प्रकार आवडतो, पण हल्ली तो फारच घरात व्हायला लागला आहे.''

"कसा काय सांगा ना!''

"आता असं पाहा, नवरा कामावरून दमून घरी येतो. तत्पूर्वी सुनेचं आणि सासूचं काहीतरी बिनसलेलं असतं. काय बिनसलंय याचा पत्ता लागत नाही. आपल्याला काय उपाययोजना करता येईल, याचा अंदाज घेता येत नाही. जीव नुसताच उकडून-उबून जातो. तेव्हा जो होतो, तो 'बटाटा-सँडविच.' काही काही वेळा आई किंवा बायको, कुणीतरी एक विश्वासात घ्यायला तयार असतं, पण त्यात कुणीतरी एक कायम नाराजच राहतं, कारण कौल कुणाच्या बाजूनं द्यायचा याची जबाबदारी आपल्यावर असते. अशावेळी आपला 'टोमॅटो-सँडविच' होतो. याउलट कारण नसताना केव्हा केव्हा आपल्याला जबाबदार धरलं जातं, अशावेळी धडगत नसते. त्यावेळी 'चटणी-सँडविच' हमखास ठेवलेला! आई म्हणजे खालचा स्लाईस. बायको म्हणजे वरचा स्लाइस. मध्ये आपण!''

—मी अगदी मनापासून हसलो.

"बराय, निघतो आता. आपल्या गप्पांत छोकरा कधी झोपला हे कळलंच नाही.''

"तुम्ही ऐका माझं. तुम्ही इथंच झोपा.''

"नको. मी तिकडे बराय!''

—घाटे निघून गेले. त्यांच्या मुलाकडे पाहून मला 'सँडविच'ची आठवण झाली. वरवर तो सगळा विनोद होता, पण खोलवर कुठंतरी कारुण्यच होतं. कारुण्यातून निर्माण झालेला विनोद हसवता हसवता डोळ्यांतून पाणी आणतो. घाटे जास्त निराश झाले होते. बायको आणि आई या द्वंद्वात ते चांगले भरडले जात होते.

नंतरच्या दोन-अडीच वर्षांत खूप घडामोडी झाल्या. भावाचं, बहिणीचं लग्न होऊन माझंही जमण्याच्या मार्गावर होतं. प्राथमिक बोलणी झाली होती. आता फक्त मुहूर्त कोणत्या दिवशी हे ठरवायचं राहिलं होतं. नोकरीतली फिरती संपून मी मुंबईला स्थायिक झालो होतो. 'जागा' हा मुंबईकरांचा 'कीवबिंदू!' माझ्याबाबतीत तो प्रश्न आमच्या फर्मनंच सोडवला होता. मुलगी पसंत करण्यासाठी मी अगदी एक दिवसाची रजा घेऊन पुण्याला आलो होतो. व्यावहारिक बोलणी वगैरे पार पडली आणि तेव्हाच घाट्यांची आठवण झाली, ती त्यांच्या सँडविचवरून! मुलीला काय काय येतं हे सांगण्याच्या भरात आमचे भावी श्वशुर पटकन म्हणाले, "आमची बेबी सँडविचेस छान करते!'' —मला तेव्हाच फार हसायला आलं.

संध्याकाळी मी वेळात वेळ काढून खोलीवर आलो. 'गिरिजा मॅटर्निटी होम'चा व्याप वाढला होता. एक मजला वर चढला होता. रंगरंगोटी आकर्षक झाली होती. माझ्या खोलीसमोर जी गॅलरी होती, ती आता पार्टिशन्स लावून बंद करण्यात आली होती. त्या पार्टिशनला दोन खिडक्या ठेवण्यात आल्या होत्या आणि त्या खिडकीवर एक मॅटर्निटी होमची डौलदार पाटी झळकत होती.

उगीचच काही वेळ खोलीत रेंगाळलो. गॅलरीत उभा राहिलो आणि घाट्यांना घरी भेटावं, या विचारानं खाली आलो. फाटकाच्या बाहेर पडतो न पडतो तोच एक युनिफॉर्म घातलेला पोरगेलासा मुलगा माझ्याकडे आला.

''तुम्हाला डॉक्टरांनी बोलावलंय!''

''मला?''

''हो. तुम्हालाच. तुम्ही त्या वरच्या खोलीत राहता ना? मग तुम्हीच!''

मी यंत्रवत त्याच्या मागोमाग जाऊ लागलो. घाटे दोन वेळेला इथं येऊनही मी या सूतिकागृहाची पायरी चढलो नव्हतो; तेही 'चला' म्हणाले नव्हते. मला पाहताच डॉक्टरांनी विचारलं,

''समोर तुम्हीच राहता ना?'' – मी मान हलवली.

''दहा नंबरवरची केस तुम्हाला भेटायचं म्हणते.''

''कोण आहे?'' –मी आश्चर्यित होत विचारलं.

''कोणी मिसेस घाटे म्हणून आहेत.''

—डॉक्टरांनी दिलेल्या परिचारिकेबरोबर मी आत गेलो.

आपले कृश झालेले हात मोठ्या कष्टाने उचलीत घाट्यांच्या बायकोनं मला नमस्कार केला.

''तुम्हाला त्रास दिला, माफ करा...''

''त्यात कसला त्रास, वहिनी?''

''बसा ना.'' —खाटेखालचं पत्र्याचं स्टूल मला देण्यासाठी तिनं हालचाल केली. तिला ते साधेना. मीच ते स्टूल ओढून घेऊन बसलो.

''बोला, काय काम आहे.''

''आमचं घर तुम्हाला माहीत आहे का?''

''तिकडेच जाण्याचा विचार होता माझा.''

''मग एक करा, यांना ताबडतोब पाठवून द्या. त्यांना म्हणावं, तुमची फार आवश्यकता आहे इथं.''

''जरूर सांगतो. काही काळजी करू नका.''

पुन्हा तिनं कष्टानं नमस्कार केला. मी निरोप घेऊन निघालो.

घाट्यांच्या घरी पत्त्यांचा अड्डा बसला होता. मला पाहताच घाटे उठले. बाहेर आले. पण खेळात व्यत्यय आल्याबद्दल ते स्पष्ट नाखूश दिसत होते.

''तुम्ही इकडे कसे आज?''

''मुद्दाम आलो. दवाखान्यातून आलोय.''

शेवटच्या खुलाशानं घाट्यांच्या कपाळावर आठी पडली. मला धक्का बसला. घाटे पुढे बोलेनात. वाट पाहून मीच आपण होऊन म्हणालो,

"मिसेसनं तुम्हाला तातडीनं बोलावलं आहे."

"मी तिथं येऊन काय करणार?"

-घाट्यांकडून अशा उलट सवालाची अपेक्षा नव्हती. स्वतःला सावरायला मला वेळ लागला. कडवटपणानं, पण वरकरणी हसत म्हणालो,

"पहिल्या वेळेला तुम्ही काय केलंत?"

"तुम्हाला माहीत आहे, मी काहीच केलं नाही ते. तुम्हीच तर मला तेव्हा शिकवलंत, ही निसर्गाची किमया आहे म्हणून."

"हो; आणि ती किमया नाही, शाप आहे शाप, असं म्हणत तुम्ही रडत बसला होतात." - मी आणखीन एक चिमटा घेतला.

तो त्यांना लागल्याचं त्यांनी दाखवलं नाही.

"आठवण दिल्याबद्दल आभार आणि स्मरणशक्तीबद्दल अभिनंदन! पण एवढी स्मरणशक्ती असणं काही फार चांगलं नाही. माणसाला थोडं विस्मरण हवं; म्हणजे..."

"माणूस पटकन पशू होतो." –मी तोडून बोललो.

"तो बदलही जीवनाला आवश्यक आहे. जगामध्ये भावनाप्रधान माणसाचा निभाव लागत नाही. 'नालायक' या शब्दाला गोड नाव म्हणजे 'भावनाप्रधान.' सगळं आयुष्य मला, आईला सांभाळू की बायकोला पाहू, या पेचात घालवायचं नाही. थोडंसं पशूच व्हायलाच हवं, म्हणजे लवकर सौख्य मिळवता येतं."

"तुमच्यासारखं..."

"बरोबर बोललात. माणसं संसाराला विटलेली दिसतात. का विटतात ते पाहायला कुणाला सवड नसते. व्यसनं दिसतात, पण ती का लागली हे कुणी विचारात घेत नाही."

"मिस्टर घाटे, तुमचा वैताग अनाठायी नसेलही, रास्त असेल. संसारात तुमच्यावर अन्याय झाला असेल, पण हे सगळं सहन करून विसरणं हे जीवन आहे. तुमच्या भाषेत सांगायचं झाल्यास- खालचा स्लाइस आणि वरचा स्लाइस दोन्ही महत्त्वाचे, पण तुमच्याशिवाय त्यांना स्वतंत्र अस्तित्व नाही. ते जाऊ दे –आता मागं काय घडलं हे आठवू नका... सगळं विसरा... तिकडे चला. डोळ्यात प्राण आणून बायको तुमची वाट पाहत आहे."

"मी जाणार नाही. तिला काही होत नाहीये. जाईन सावकाश संध्याकाळी... तेही जमल्यास."

"मिस्टर घाटे, तुम्हाला हे शोभत नाही."

"मला काय शोभतं आणि काय शोभत नाही, हे ठरवायला तुम्ही नकोत. माझ्या बायकोचा पुळका येण्याचं तुम्हाला कारण नाही!"

"घाटे, तोंड सांभाळून बोला. माणसात या. पशू बनू नका. तुमचा भूतकाळ आठवा. बायकोचं पहिलं बाळंतपण आठवा आणि स्वत:चेच अश्रू आठवा. तिकडे तुमची बायको यमयातना सोसते आहे आणि तुम्ही इकडे पत्ते कुटता? संसारातले चटके काय तुम्हाला एकट्यालाच बसले? संसारातले चटके विसरण्यासाठी तुम्ही पत्ते जवळ केलेत आणि बायकोला मात्र बाज जवळ करायला लावलीत?''

घाटे चुपचाप ऐकत होते. मला विरोध करावा, माझं म्हणणं खोडून काढावं, असं त्यांना वाटतपण नव्हतं. खूप वेळ त्यांना ताड्ताड् बोलल्याचं मी समाधान मिळवलं. शेवटी घाट्यांनी शांतपणे सांगितलं,

"तुमचं बोलणं झालं असलं तर सांगा. मी डाव टाकून आलोय- मला आता अगदी 'हँड रमी' आली आहे.''

–बोलून ताळ्यावर येण्याच्या पलीकडे घाटे गेलेले आहेत, याची जाणीव तेव्हाच झाली.

ठरलेल्या मुलीशी माझं लग्न झालं. मी मुंबईत स्थायिक झालो. ऑफिसतर्फे मिळालेल्या दोन खोल्यांच्या जागेत आम्हा राजाराणीचा संसार सुरू झाला. रंगू लागला. आणखी तीनच वर्षांनी त्या जागेला आणखी एका पाहुण्याची चाहूल लागली.

सरोजचं पहिलं बाळंतपण वास्तविक तिच्या माहेरी व्हायचं, पण आमच्या घरी मी सर्वांत लाडका. पुण्याला जागाही मुबलक. 'गिरिजा मॅटर्निटी होम'समोर त्याशिवाय एक खोली! आईच्या आग्रहास्तव बाळंतपण आमच्याकडे व्हायचं ठरलं.

पुण्यात सहकुटुंब आल्यावर मी दुसऱ्या दिवशी आधी खोलीवर गेलो. सध्या खोलीवर कुणी राहत नव्हतं. ती साफसूफ करणं आवश्यक होतं! खोलीवर गेलो. कुलूप काढलं. खिडकी उघडली आणि समोर पाहतो तो घाटे! तीन वर्षांपूर्वी मी त्यांच्याशी भांडलो होतो. आता परत ते माझ्याशी स्नेह ठेवतील ही आशा व्यर्थ होती. घाट्यांचं लक्ष माझ्याकडे जाण्यापूर्वी आपण खिडकीपासून दूर व्हावं या विचारानं मी बाजूला होणार, तोच मला आणखी धक्का बसला! घाटे डोळे पुसत होते.

म्हणजे ते रडत होते?—

—होय! घाटे रडत होते.

मला मनस्वी आनंद झाला. घाटे रडत होते. म्हणजेच ते माणसात आले होते. मी त्यांना ताड्ताड् बोललो त्याचं सार्थक झालं होतं! होतं असं कधीकधी. बॅलन्स व्हील तुटल्याप्रमाणे माणसाचं आयुष्य बेभान, बेताल होतं. त्यावेळी त्याला कोणी सावरणारं भेटलं नाही, तर उताराला लागलेली गाडी कधीच थांबत नाही! होतो

काही काळ कलीचा संचार! घाटे माणसात आले, हा माझा विजय होता.

—खिडकीपासून दूर होण्याचा विचार दूर पळाला. मी गॅलरीचं दार उघडून गॅलरीत आलो व सरळ घाट्यांना हाक मारली.

त्यांनी चमकून माझ्याकडे पाहिलं. त्यांचे डोळे हा हा म्हणता भरून आले. लगबगीनं डोळे पुसत त्यांनी येत असल्याची खूण केली.

—घाट्यांना परत सावरण्याची वेळ आली आहे. मधल्या काळात ते काहीसे बेताल झाले होते. आताचा हा पश्चात्ताप फार खोलवरचा असणार! त्यांचं सांत्वन होणं आवश्यक आहे. घाटे खोलीत आले. न बोलता नुसते माझ्याशेजारी कठड्याला कोपरं टेकवून उभे राहिले. त्यांचा चेहरा अपराधी दिसत होता. नजर सारखी समोर भिरभिरत होती. मी त्यांच्या पाठीवर नुसता हात ठेवला आणि त्यांनी कितीतरी मोठा हुंदका दिला.

"घाटे, घाटे, हे काय वेड्यासारखं! मन आवरा. इतके दिवस झाले आता, तरी तुम्हाला मन आवरत नाही? —घाबरू नका. सगळं व्यवस्थित होणार आहे."

भरून आलेल्या आवाजात ते म्हणाले, "नाही हो नाही... या शब्दांनी नाही समाधान होत. मी पुन्हा मोहात पडलो."

"असं काय म्हणता?"

"मग काय म्हणू? तुम्हालाच काही कळत नाही आणि माहीत नाही. पहिलटकरीण म्हटलं की, फार फार काळजी वाटते हो!"

■

'वसावसा'चा वसा

आटपाट नगर होते. तिथे एक ब्राह्मण होता. ब्राह्मणाने काय करावे? रोज सकाळी उशिरा उठावे. उशिरा उठल्याबद्दल बायकोच्या शिव्या खाव्या. मग बायको देईल तो चहा त्या शिव्यांबरोबर घ्यावा. भराभर चार घास खावेत व मग कचेरीत जावे. साडेदहा ते साडेपाच कचेरीत मन लावून काम करावे. साहेबांकडून 'वाहवा' मिळवावी. मग संध्याकाळी घरी यावे. कधीकधी परस्पर सिनेमाला जावे, तर कधीकधी शनिवार, रविवार दोन-दोन दिवस पत्त्यांचा अड्डा मांडावा. असा तो ब्राह्मण मोठ्या आनंदात कालक्रमणा करीत होता. त्याला काही कमी नव्हते.

पण असे होते तरी तो ब्राम्हण अंतर्यामी फार फार दु:खी होता. त्या ब्राह्मणाची भार्या गुणवती. त्याचे आणि गुणवतीचे कधीच एकमेकांशी पटत नसे आणि म्हणूनच ब्राह्मणाच्या मनाला फार क्लेश होत असत.

एकदा तर त्यांचे भांडण फारच विकोपाला गेले. ब्राह्मण तरारा, ऑफिसात लवकर गेला, पण त्याचे कामात लक्ष नव्हते. ऑफिस नेहमीप्रमाणे सुटले तरी ब्राह्मणाला घरी जावेसे वाटेना. टेबलावर डोके टेकून तो हुंदके देऊन रडायला लागला. त्याचे रडणे ऐकून त्याच्याच ऑफिसातला त्याचा मित्र त्याच्याजवळ आला. त्याने मोठ्या प्रेमाने ब्राह्मणाला त्याच्या दु:खाचा वृत्तान्त विचारला. त्यावर तो ब्राह्मण सद्गदित होत म्हणाला,

"अहो, माझ्या दु:खाला कोणी वाली नाही. हे दु:ख माझं मलाच भोगलं पाहिजे."

यावर मित्राने त्याची नानाप्रकारे समजूत घातली. तरी तो ब्राह्मण म्हणत राहिला,

"मला माझ्या पित्याचा शाप भोवतोय. तो भोगल्यावाचून माझी सुटका कसली होते?"

यावर मोठ्या आपलेपणाने मित्राने विचारले,

"शाप कोणता?"

ब्राह्मण म्हणाला, "पित्याला माझं हे लग्न पसंत नव्हतं. मी त्यांचं न ऐकल्यानंच मजवर हे अमाप दु:ख कोसळत आहे. गुणवती माझ्या पित्याला सून म्हणून पसंत

नव्हती. मी त्यांचं ऐकलं नाही. आता त्याचे शाप भोगतो आहे–''
यावर समजूत घालीत मित्र म्हणाला,
''वृथा शोक करू नकोस. दु:खामागून सुख आणि शापापाठोपाठ उ:शाप हा सृष्टीचा क्रमच आहे.''
त्यावर कपाळावर हात मारीत ब्राह्मण म्हणाला,
''मज पाप्याला कोण उ:शाप देणार आता?''
मित्र म्हणाला,
''भगवान शंकर.''
''ते कसे?''
''मी तुला एक व्रत सांगतो. तू त्याचं पालन केलंस, तर भो ब्राह्मण, तुला तुझी भार्याच काय, पण भार्येच्या मातोश्रींचेही भय राहणार नाही.''
त्याबरोबर मित्राचे पाय धरीत ब्राह्मण म्हणाला,
''मित्रा, मला ताबडतोब ते व्रत सांग.''
मित्र म्हणाला, ''तो वसा फार कडक आहे.''
''असू दे.''
मित्र म्हणाला, ''उतशील, मातशील, घेतला वसा टाकून देशील.''
ब्राह्मण म्हणाला, ''उतणार नाही, मातणार नाही, घेतला वसा टाकणार नाही.''
मित्र म्हणाला,
''ऐक. काय करावं, —सकाळी लवकर उठावं. बायको उठायच्या आधी उठावं. पाणी भरावं. गरम चहाचा कप तयार ठेवावा. मग पत्नीला हाक मारावी. दोन हाका मारून तिला जाग न आल्यास, कोमल हातांनी तिला स्पर्श करावा. लगट करू नये. पत्नीचं चहापान झाल्यावर तिला काही 'हवं-नको' पाहावं. बाहेरून काही आणून हवं असल्यास आणून द्यावं. मग तत्परतेनं घर आवरावं. त्यानंतर आपले सर्व विधी आटोपून, तिनं शिजवलेलं अन्न-यज्ञकर्म म्हणून उरकावं. त्यावर टीका न करता ऑफिसात यावं. संध्याकाळी वेळेवर घरी जावं. असं ओळीनं तीस दिवस करावं. या तीस दिवसांत सिनेमा पाहू नये, मित्राकडे चकाट्या पिटू नयेत किंवा ऑफिसातले टोळभैरव घरी जेवायला नेऊ नयेत. स्वत:च्या नातेवाइकांना घरी मुक्कामाला बोलवू नये. शक्य झाल्यास यथाशक्ती बायकोच्या माहेरच्या माणसांना बोलवावं. कधी मेव्हणा, कधी सासू, तर कधी मेव्हणी.
''तिसाव्या दिवशी पगार झाल्यावर एक पांढरं स्वच्छ कापड, टाफेटा सिल्क, ऑरगंडी, चिकन अगर लोन हे ऐपतीनुसार खरीदावं आणि सदनी प्राप्त होताच पत्नीला हसतमुखानं अर्पण करावं. याप्रमाणे सहा महिने झाल्यावर पत्नीसाठी भारी पातळ घ्यावं. त्या संध्याकाळी तिला चौपाटी, मलबारहिल किंवा जुहू या ठिकाणी

ऐपतीप्रमाणं न्यावं. रस्त्यावरील इतर बायकांना चांगलं म्हणू नये. चौपाटीवरील फिरणं झाल्यावर एखाद्या उडप्याकडे मसाला डोसा खायला घालून व्रताची सांगता करावी. दुसऱ्याच दिवसापासून पुन्हा त्याच व्रताची सुरुवात करावी.''

हे लांबलचक व्रत ऐकून ब्राह्मणाचे डोळे पांढरे झाले. त्याला चक्कर आली आणि तो टेबलाखाली कोसळला. त्याला शुद्धीवर कसे आणायचे, हा मित्राला प्रश्न पडला. तोच एक युक्ती आठवून मित्र त्याच्या कानात म्हणाला, ''गुणवतीवहिनी आल्या!''

त्याबरोबर तो ब्राह्मण उठून बसला.

''व्रत एवढं कडक आहे का?''

''होय.''

''हे केव्हा करतात?''

''हे बारमास व्रत आहे. हा वसा पहिल्यांदा श्रीशंकरांनी पार्वतीला सांगितला. पार्वतीनं गणेशाला, गणेशानं नारदांना व नंतर नारदांनी अनेकांना सांगितला. पृथ्वीवरच्या नवऱ्यांना तारणारा हा एकच वसा आहे. अर्ध्या वचनात राहण्याची शपथ घ्यायची बायकांनी, पण पाळायची नवऱ्यांनी. हा वसा घेतल्यानं काय होतं?– बायका 'वसावसा' ओरडत नाहीत. बायको खूश, म्हणून नवरा खूश; आईबाप खूश, म्हणून मुलं खूश —आणि अशा तऱ्हेनं एकेक कुटुंब खूश! अशी या व्रताची महती आहे.''

ब्राह्मण गप्प बसला होता. मित्र पुढे म्हणाला,

''मला हा वसा मागच्या वर्षी समजला. नारदांनी ज्या अनेकांना हा वसा सांगितला, त्यात आमच्या सासुरवाडीत राहणारे विष्णुपंत होते. त्यांनी मला हा वसा सांगितला आणि तेव्हापासून मी त्याचं आचरण करीत आहे. बराय, येतो मी. कारण या व्रताचं मुख्य म्हणजे घरी वेळेवर जाणं. तेव्हा यापेक्षा मला उशीर करता येणार नाही.'' एवढे सांगून तो मित्र निघून गेला.

इकडे ब्राह्मणाने काय केले? –तो घरी निघाला. त्याच्या खिशात एकुलते दोन आणे होते. त्याची त्याने बायकोसाठी वेणी घेतली. पण हे करताना त्याची एक चूक झाली. गुणवतीला गुलछडीची वेणी बिलकूल आवडायची नाही. त्यामुळे ब्राह्मणाला वेणी आणूनही त्याचा उपयोग झाला नाही. उधळपट्टी केल्याबद्दल गुणवतीने त्याला दम भरला. तरी त्याने धीर सोडला नाही.

दुसऱ्या दिवशी ब्राह्मण लवकर उठला. त्याने गुणवतीऐवजी पाणी भरले. चहा केला. गुणवतीला उठवले. तिच्या आश्चर्यचकित चेहऱ्याकडे न पाहता ब्राह्मण पिशवी घेऊन बाजारात गेला. नंतर योग्य ती खरेदी करून, मधेच हॉटेलात न जाता तो लगेच घरी आला. गुणवतीच्या स्वयंपाकाला नावे न ठेवता तो जेवला व

ऑफिसात गेला.

याप्रमाणे पंधरा दिवस झाले. तरी गुणवतीच्या वागणुकीत फरक पडेना. तेव्हा ब्राह्मण चांगलाच धास्तावला. गेल्या पंधरा दिवसांत सकाळी लवकर उठल्याने त्याला जागरणाचा त्रास सुरू झाला होता. पाणी भरावे लागत असल्याने हात दुखत होते. चहा करताना तर तीनदा हात भाजला होता. अंघोळीचे पाणी स्वत: घेताना हातावर वाफ तर खूपदा आली होती. पत्त्याचा डाव न मांडल्यामुळे मित्र नाराज झाले होते. (कारण रमीमध्ये हमखास मायनस होणारा त्यांचा मित्र गमावला होता!) एवढे करूनही गुणवती प्रसन्न होण्याचे चिन्ह दिसेना. तेव्हा ब्राह्मणाचा धीर फार खचला. त्याच मन:स्थितीत एका शनिवारी त्याला मित्रांनी गाठले. ब्राह्मणाला मोह आवरला नाही. तो मग चौपाटीवर परस्पर गेला. सिनेमाला गेला. नंतर रात्रभर पत्ते खेळून रविवारी दहा वाजता घरी परतला. पाहतो तो घराला कुलूप!

–गुणवती माहेरी गेली होती.

दरवाजाला कुलूप पाहताच ब्राह्मणाच्या डोळ्यांसमोर काजवे चमकायला लागले. (तो रात्रीच्या जागरणाचाही परिणाम होता.)

–शेजारच्या घरातून त्याने किल्ली आणली. दरवाजा उघडला. घर खायला उठले होते. ब्राह्मणाला आपली चूक कळून आली. पण आता वृथा शोक करण्यात अर्थ नव्हता. तो स्वत:शी आक्रोश करीत म्हणाला,

''अहो, मी किती हो अभागी! अगोदरच मला पत्नीचा त्रास. त्यावर त्या मित्रानं मला वसा सांगितला. पण मला शेवटी मोह झाला! मिळत असलेलं यश - मिळत आलेलं यश हातोहात गेलं. आता कसली गुणवती प्रसन्न होते! परवा सिनेमाहून परतताना किती हो ती प्रसन्न दिसत होती! पण मी चांडाळ! म्या स्वहस्तेच तिला माहेरी घालवली. आता मी काय करू?..''

रडून रडून ब्राह्मणाला ग्लानी आली आणि तो तसाच धरणीवर पडला. त्याला स्वप्न पडले. प्रत्यक्ष श्रीशंकर त्याला दर्शन देते झाले. ब्राह्मणाने त्यांचे पाय धरीत त्यांना विचारले,

''भगवान, मी हरप्रकारे व्रतपूर्ती करीत असता माझं कुठं चुकलं?''

भगवान शंकर हसून म्हणाले,

''वत्सा, मी हे सर्व पाहतच होतो. तू तुजकडून सर्व करीत होतास, पण प्रत्येक कामात तुझी बारीक चूक होत राहिली. तू पहाटे पाणी भरीत होतास, पण शेवटची घागर भरून ठेवण्याचा तुला कंटाळा यायचा. तू चहा करीत होतास, पण नंतर कपबशी विसळून ठेवीत नव्हतास. अंघोळीला पाणी स्वत: घेत होतास, पण नंतर भर घालायला विसरत होतास. केर काढीत होतास, पण तो भरून बाहेर फेकून न देता तसाच कोपऱ्यात गोळा करून ठेवीत होतास. पत्नीला सिनेमाला नेलंस, पण

इंटरव्हलमध्ये आइसक्रीम घेतलं नाहीस... आणि परवा तर कळसच केलास! पुन्हा पत्ते खेळलास, घरी उशिरा आलास!..''
''भगवान, चुकलो. क्षमा करा! पण माझी गुणवती मला परत मिळवून द्या.''
''ठीक आहे! तू आता असं कर –आठ दिवस एक वेळेला जेव. दाढी करू नकोस. ऑफिसातला जोशी तुझ्या सासुरवाडीला शेजारीच राहतो. त्याला हे सर्व समजेल असं कर. त्यानंतर स्वत:ला ताप आल्याचा बहाणा कर. रंगीत पाण्याची बाटली जवळ बाळग. मग एक चांगल्या पातळाची खरेदी कर.''
''पण गुरुदेव, साडी सहा महिन्यांनंतर ना?''
''ते जर तू वसा अर्धा टाकला नसतास तर! तेव्हा साडी घे. त्यावेळी जोशीला बरोबर घेऊन जा. म्हणजे खरेदीची बातमी गुणवतीच्या कानी जाईल. नंतर गुणवती माहेरी गेल्यामुळे आपण आपल्या बहिणीला गावाहून बोलावून घेणार आहोत, असं जाता जाता जोशीजवळ बोल. त्यानंतर एक दिवस एकदम टॅक्सी करून सासुरवाडीला जा. गुणवती मुकाट्याने टॅक्सीत येऊन बसेल. त्याच वेळेला तिला फिरायला ने. साडी अर्पण कर आणि मग कोणत्यातरी हॉटेलात सांगता कर.''
एवढे सांगून शंकर अंतर्धान पावले.
ब्राह्मण शुद्धीवर आला. त्याने विलंब न लावता सर्व गोष्टी यथासांग पार पाडल्या. गुणवती घरी राहायला आली. ब्राह्मणाचे व्रत-वसा चालूच राहिले.
असे होता होता एक संवत्सर पार पडले. असाच गुणवतीला घेऊन ब्राह्मण चौपाटीवर गेला असता त्याला त्याचे वडील दिसले. आपण शाप देऊनही ब्राह्मणाचे काहीही वाईट झाले नाही, सुनेबरोबर तो सौख्याने चौपाटीवर येतो आहे, याचा ब्राह्मणाच्या वडिलांना अचंबा वाटला.
वडील ब्राह्मणाला म्हणाले,
''मुला, मी तुला शाप दिला असूनही तुझं सर्व व्यवस्थित कसं?''
त्यावर ब्राह्मण म्हणाला,
''मी अविरत पत्नीधर्माचा वसा वसला, म्हणून तुमचा शाप मला बाधला नाही.''
वडिलांनी विचारले, ''हा वसा केल्यानं काय होतं?''
ब्राह्मण म्हणाला, ''बायको वसावसा ओरडत नाही.''
वडिलांनी विचारले, ''हे व्रत केव्हा करतात?''
ब्राह्मण म्हणाला, ''हे व्रत कायम करायचं असतं. हे व्रत शंकरानं पार्वतीला, पार्वतीनं गणेशाला, गणेशानं नारदाला आणि नारदांनी अनेकांना सांगत असताना माझ्या मित्राच्या विष्णुपंतांनी ऐकून, हे व्रत माझ्या मित्राला व माझ्या मित्रानं मला सांगितलं. मी तो वसा वसला, म्हणून मला तुमचा शाप बाधला नाही.''
यावर वडील म्हणाले,

''मला हा वसा सांग.''

ब्राह्मण म्हणाला,

''उताल, माताल, घेतला वसा टाकून द्याल.''

वडील म्हणाले,

''उतणार नाही, मातणार नाही, घेतला वसा टाकणार नाही.''

ब्राह्मण म्हणाला, ''एवढ्या उतारवयात वसा कशाला हवा?''

वडील म्हणाले,

''उतारवयात पत्नीची जास्त गरज. तू घरातून गेल्यापासून तुझ्या आईचं आणि माझं पटत नाही, म्हणून तर चौपाटीवर एकटा येतो.''

ब्राह्मण म्हणाला,

''पहिल्यांदा चौपाटीवर येणं बंद करा.''

वडील म्हणाले, ''वसा सांग.''

ब्राह्मण म्हणाला,

''ऐका, काय करावं, — सकाळी लवकर उठावं...''

■

किक्

मनाची अशी चमत्कारिक अवस्था होते. काही केल्या काही सुचत नाही. हे किती काळ चालणार आहे याचा पत्ता लागावा तरी कसा? त्याला काही सूत्र तरी हवं की नको? परंपरा हवी की नको? –ती सापडत नाही. मूळ शोधू जाता मिळत नाही. आईवडिलांना विचारावं, तर ती दोघं एकमुखानं म्हणतात, ''हे सगळं आम्ही पहिल्यांदाच पाहत आहोत.''

आश्चर्यानं आम्ही विचारतो, ''मग आम्ही आमच्या लहानपणी...''

''छे, छे! तुम्ही फार समजूतदार होतात. तुम्ही जर अशी असतात, तर आम्हाला जगणं मुश्कील झालं असतं. आमची परिस्थिती इतकी वाईट होती की, तुम्ही केवळ गुणी होतात म्हणूनच आमचं निभावलं.''

एवढं सांगेपर्यंत आईच्या डोळ्यांत पाणी येतं. आवाज घोगरा होतो... चाललेला विषय आणखी विषण्ण होतो. उभ्या राहिलेल्या प्रश्नचिन्हांची संख्या कमीच होत नाही.

संसार, मुलंबाळं म्हणजे हेच का सगळं?–

आता पाहा ना! कुठं काही कमी नाही. देवाच्या दयेनं परिस्थिती चांगलीच अनुकूल. दाराशी वाहन परवडण्याएवढी सुबत्ता. राजाराणीचा संसार सुखाचा. त्या मानानं जबाबदाऱ्या कमी.

पण छे! जबाबदारी कमी असं म्हणणं बेजबाबदारीचं ठरावं! तुम्ही म्हणाल की जेमतेम सहावं वर्ष संपून सातवं चालू झालेल्या मुलाचा एवढा काय बाऊ करता? पण हा प्रश्न तुम्हीच कशाला विचारायला हवा? स्वत:ला आजवर अनेकदा मी हा प्रश्न काय विचारलाच नसेल?

पण केव्हा केव्हा सगळीकडून विचार करून जमतही नाही! विचार करण्याची ताकदही नसते. मती गुंग होते. एवढ्याशा पोराचा चिवटपणा तरी किती असतो? आपलं ऐकायचंच नाही, हे ती किती निग्रहानं ठरवतात. ओरडण्याला भीक घालत नाहीत. डोळ्यांच्या इशाऱ्यात राहायचं असतं, हेच तर त्यांना माहीत नसतं. मग

उरलं निव्वळ मारणं! –त्या मारण्यालाही ती पुरून उरतात. आपल्याला केव्हा केव्हा मारवत नाही. पण मुलं बेरडाप्रमाणे डोळ्याला डोळा देऊन राहतात. त्यांना रडणं कमीपणाचं वाटतं.

अखेरीस आपलंच मन, आपल्या अमानुषपणाबद्दल खात राहतं!

घरात पाऊल टाकल्याबरोबर एकंदर वातावरणावरून चिरंजिवांनी प्रताप गाजवला असणार, हे समजून येतं. मी कामावरून थकून येतो, तेव्हा कशाला घरातल्या कटकटी सांगा, या विचारानं सौ. गप्प गप्प असते. पण एकटीनं सहन करणं हे तिच्याही आवाक्याबाहेरचं होतं. मग सांगावंच लागतं सगळं!

आज तेच झालं! ऑफिसातून घरी आलो. घरातलं वातावरण साधारणच होतं. सौ.नं हसूनखेळून स्वागत केलं; पण ते फारच वरवरचं होतं, हे लगेच समजून आलं. मी मन खनपटीला बसून सगळा किस्सा सांगायला लावला. मामला रोजचाच. चिरंजिवांनी एका नवीन वस्तूची मागणी केली होती. ती सौ.नं नाकारली. चिरंजिवांचा वकिली मुद्दा, ''तू मला हवी ती वस्तू देत नाहीस, मी तुझं ऐकणार नाही.'' –आणि इथपासून प्रकरण निकरावर आलं.

सगळं सांगून वीणानं विचारलं, ''तुम्ही आता कायमचा बंदोबस्त करा. तुम्ही गेलात म्हणजे तो मला फार छळतो.''

''काय करू मी आता?''

''त्याला अशी शिक्षा करा की, त्याला कायम दहशत बसेल.''

''छान! आणि त्यानं काही परिणाम करून घेतला तर?... तो फार तापट आहे-''

''म्हणजे आपण कायम असंच त्याला भिऊन राहायचं का?''

''मग आता काय करू तरी काय? तो मलाही भीत नाही हल्ली. फक्त पोलिसाची भीती राहिलीय अजून.''

''मग असंच करू या; जेवणं होईपर्यंत तुम्ही काही दर्शवूच नका. जेवणं झाल्यावर त्याला सांगायचं, आता पोलिसाकडेच चल म्हणून–'' वीणा म्हणाली.

तो कट पार पाडायला मी तयार झालो. एकतर त्याला मारणं टळलं होतं. कारण काय होतं, राग आवरला नाही तर श्रीकांत मार खातो. माधुरी गोंधळून माझ्याकडे पाहत राहते. श्रीकांतच्या आधीच ती मोठा गळा काढते. त्यातून निष्पन्न काही होत नाही. माझंच मन दोन दोन दिवस जळत राहतं. ऑफिसातदेखील लक्ष राहत नाही कामावर.

वीणाच्या सांगण्याप्रमाणे मी काहीच दर्शवलं नाही. श्रीकांत माझ्याबरोबर नेहमीप्रमाणं बोलायला लागला, तेव्हा मी अगदी निर्विकार राहिलो. काही वेळानं त्याच्या ध्यानात ते आलं आणि तो एकदम गप्प राहिला आणि मग त्याचा समजूतदारपणा भलताच

पराकोटीला पोहोचला.
माझं मन निवळायला लागलं. तेवढ्यात वीणा पुटपुटली, ''तुम्ही विरघळू नका हं. हे सगळं तुमच्यासमोर चाललंय.''
आमची जेवणं आटोपली. मी कपाटातले श्रीकांतचे सगळे कपडे बाहेर काढले. त्यातले त्याला दोन घालायला देत मी म्हणालो, ''श्री, चल. आपल्याला बाहेर जायचंय–''
आमच्या बेताची यत्किंचित कल्पना नसल्यानं नाचत बागडत त्यानं कपडे बदलले.
''बापू, पण कुठे जायचंय?''
''समजेल, समजेल.'' मी शांतपणे म्हणालो.
''बापू, कपडे कशाला?'' –त्यानं भाबडेपणानं विचारलं.
''आपण परत येणार नाही आता.'' - मी त्याची नजर टाळीत म्हणालो.
तेवढ्यात वीणा म्हणाली, ''त्याचा सगळा खेळ बरोबर घ्या, बरं का!''
सगळा खेळ बरोबर घ्यायचा म्हटल्यावर तर श्रीकांत वाढत्या उत्साहानं नाचायला लागला.
''... आणि अभ्यासाची पुस्तकंपण घ्या.'' वीणा पुढं म्हणाली.
श्रीकांतनं पुन्हा विचारलं, ''आपण कुठं जाणार आहोत पण?''
''समजेल. समजेल-''
''पण सांगा ना-'' श्रीकांत खनपटीला बसला.
पुढं येत वीणा म्हणाली, ''ऐक. तुला पोलीसकडे न्यायचंय.''
उभं राहिलेल्या ठिकाणीच श्रीकांतनं बैठक मारली, ''मी येणार नाही.''
आवाज बिलकूल न चढवता मी म्हणालो, ''श्रीकांत, आता मला कंटाळा आलाय! रोज मी काही ना काहीतरी ऐकायचं. आईनं सहन करायचं रोजरोज. आता हे बस झालं. तुझं पाहून माधुरी बिघडेल. तुला जर आमचं ऐकायला आवडत नाही तर आमच्या घरात राहतोस कशाला? तू आपला पोलीसकडेच जा राहायला. आता आम्ही तुला या घरात ठेवणार नाही. इथं ऐकणारी मुलं हवीत. तेव्हा ऊठ. हे कपडे घे; ती पुस्तकं घे, खेळणी घे–''
तेवढ्यात वीणा म्हणाली, ''अहो, पण आपण ही खेळणी कशाला वाया घालवायची?'' एकदा पोलीसकडे गेल्यावर त्याला कोण खेळून देईल? तिथं फक्त ते सांगतील ते काम. खेळबिळ कुछ नही! ती खेळणी इथं माधुरीला होतील. नाहीतरी श्रीकांत तिला हात लावून देत नव्हताच...!''
''ते प्लॅस्टिकचे तुकडे...''
''होतील माधुरीला.''
''नवीन सिनेमा?''

“माधुरीचा.”
“टाळ्या वाजवणारं माकड?”
“तेसुद्धा.”
- आमचं नाटक रंगत होतं. श्रीकांतचा चेहरा गोरामोरा झाला होता.
“मी तर म्हणते, त्याला हे कपडेदेखील देऊ नका.”
“वा, ही वुलनची पँट, नवीन शिवलेली-”
“होईल शेजारच्या सुरेशला.”
“आणि टेरिलीनचा बुशकोट? तो देऊ या.”
“अहो, पण उपयोग काय त्याचा पोलीसकडे? तिथं घालायची गोणपाटं, जाडजाड कपडे.”
श्रीकांतला आता हुंदके यायला लागले. तो आतल्या आत कढ देऊ लागला.
“शाळेतली पुस्तकंपण नकोत. पोलीसकडे फक्त काम. केर काढायचा, फर्निचर पुसायचं, बुटाला पॉलिश करायचं.” वीणा म्हणाली.
“मग काय नुसतंच जायचं?”
“तर काय! उगीच आपल्या या वस्तू वाया कशाला घालवायच्या? त्याला तुम्ही आवडत नाही, मी आवडत नाही, त्याची छोटीशी बहीण आवडत नाही; मग आपण घेतलेल्या वस्तू कशाला हव्यात?”
“पण आपण कशावरून आवडत नाही?”
“वा! मग त्यानं आपलं ऐकलं नसतं का! तेव्हा नकोच ते. त्याला नुसता जाऊ दे. श्रीकांत, उठ. सगळ्यांना नमस्कार करून ये. देवाला नमस्कार कर.”
-श्रीकांत हुंदके देत देत शेजारी गेला.
“वीणा, पुरे आता. त्याच्या मनावर परिणाम होईल. हे माझं मलाच चमत्कारिक वाटतंय.”
“काही नाही. थोडा दम धरा.”
श्रीकांतच्या पाठोपाठ शेजारच्या कमलाबाई आल्या.
“हा काय प्रकार आहे?” - त्यांनी विचारलं.
अगदी सहजपणानं वीणा म्हणाली, “प्रकार काही नाही. आमचा श्रीकांत पोलीसकडे राहायला चाललाय. त्याला हे घर आवडत नाही. इथं काय, सगळी चैन आहे. भारी भारी कपडे आहेत, चमचमीत जेवायला मिळतं, हवा तो खेळ मिळतो, स्कूटरवरून फिरायला मिळतं... त्याला सगळ्याचा आलाय कंटाळा. जाऊ दे मग पोलीसकडे. तिथं जाड जाड कपडे, बेचव भाकरी, उन्हात काम, पाठीवर फटके, मजाच मजा. बरं, ते राहू दे. श्रीकांत, तुला जर जाण्यापूर्वी माधुरीचा एखादा पापा घ्यायचा असेल तर घे. पुन्हा ती तुला केव्हा भेटणार?”

वीणाचं हे बोलणं मला खोलवर रुतलं. हुंदके देत देत श्रीकांत खाली वाकला आणि माधुरीचा पापा घेता घेताच त्याला विलक्षण रडं कोसळलं. तो सगळा ताण सहन न होऊन तो हमसाहमशी रडायला लागला. कमलाबाईंनी त्याला उचलून घरात नेलं. रात्री तो तिकडेच झोपला.

दुसऱ्या दिवशी सकाळीच मला कामावर जायचं होतं. श्रीकांत उठायच्या आतच मी कामावर गेलो. सबंध दिवस मी फक्त देहानं ऑफिसात वावरत होतो. चहाच्या कपाचीपण चव बिघडली होती. राहून राहून हुंदके देणारा श्रीकांत नजरेसमोर येत राहिला. पुन्हा त्याला हा एवढा मानसिक ताण द्यायचा नाही, हा निर्णय मी सुमारे हजार वेळा घेऊन टाकला. केव्हा घरी जाईन, त्याला पोटाशी धरीन, असं होऊन गेलं. धावती गाडी सहसा न पकडणारा मी, पण आज पकडली. माझ्या त्या उतावळेपणाचा काहींनी धिक्कार केला. त्यांना काय कल्पना?... गाडी नेहमीच्या वेगानं जात होती, पण मला मात्र वाटत होतं आज आपण स्कूटरच आणायला हवी होती, म्हणजे मग किती वेगानं जायचं हे आपलं आपल्याला ठरवता आलं असतं.
घरी आलो. बूट काढण्यापूर्वीच विचारलं,
"श्रीकांत कुठाय?"
"त्याच्या मित्राकडे, शिरीषकडे राहायला गेलाय!" वीणानं सांगितलं.
तेवढ्यात माधुरीनं धावत येऊन पायाला विळखा घातला. खाली वाकून तिचा मुका घेताना एकाएकी श्रीकांतची आठवण झाली. काल त्यानं असाच वाकून मुका घेतला होता.
"चहा घेणार ना?" - वीणानं विचारलं.
"नको. मी बाहेर जाणार आहे."
"कुठं?"
"श्रीकांतला आणायला."
"तो राहणार आहे तिकडे, यायचा नाही."
"नुसतं भेटून येतो."
"बापू, मी येऊ?" - माधुरीनं विचारलं.
"नतो."
स्कूटरवरून माधुरीला नेलं म्हणजे श्रीकांतला वाटायचं, तिला तेवढं स्कूटरवरून फिरवतात. माधुरीला चुकवून मी एकटाच घरातून बाहेर पडलो.
स्कूटर दामटीत मी शिरीषच्या घरी गेलो.
घराला कुलूप!
शेजारच्या लोकांनी सगळे चौपाटीवर गेल्याचं सांगितलं. नेहमीच्या रस्त्यावरून

चौपाटीपर्यंत जाऊन आलो. कोणीही भेटलं नाही. निराशेनं घरी परतलो, तर हे पाहुणे!

पाहुण्यांचा तळ रात्री साडेआठ वाजता हलला. त्यांच्या गप्पांत मला खूप इंटरेस्ट आहे हे दाखवून दाखवून मी फार कंटाळून गेलो. पाहुण्यांचं पाऊल बाहेर पडताच मी कपडे चढवले.

''तुम्ही आता कुठं चाललात?'' - वीणानं विचारलं.

''श्रीकांतला आणतो. चैन पडत नाही.''

''जेवण तयार आहे सगळं. जेवा आणि जा.''

''नको, मी आत्ता येतो-''

स्कूटरवरून मी शिरीषच्या घरी गेलो. स्कूटरचा आवाज ओळखून श्रीकांत आपण होऊन गॅलरीत येईल, ही माझी अपेक्षा होती. मी हॉर्न वाजवला. खालूनच हाक मारली, तेव्हा शिरीषचे वडील गॅलरीत आले. मला पाहून ते म्हणाले,

''या ना, वरती या.''

''नको, जरा घाईत आहे. श्रीकांत कुठे आहे.?''

''तो दहा मिनिटांपूर्वीच झोपला. चौपाटीवर खूप खेळला, आता लगेच जेवल्याबरोबर झोपला, का?''

''मी न्यायला आलो होतो-''

''आता न्या सकाळीच. इथं मजेत होता. काळजी करू नका.''

''बरं, मग जाऊ?''

''अगदी खुशाल. डोण्ट वरी.''

–मी खट्टू होऊन निघालो. मित्राच्या गॅरेजमध्ये स्कूटर ठेवली. चालत चालत घरी आलो.

आमची जेवणं चुपचाप झाली. माधुरीच्या बाललीलांकडे माझं लक्ष जात नव्हतं. आम्ही रचलेल्या त्या नाटकाचा, कृत्रिम संवादांचा श्रीकांतवर काय परिणाम झाला, हे मला समजलं नव्हतं; स्वत:वरतीच एक फार काहीतरी अनाकलनीय परिणाम झाला होता. हातात आवडती कादंबरी होती, रेडिओवर लागलेली रेकॉर्डही आवडती होती. पण मन थाऱ्यावर नव्हतं.

माधुरी झोपली. वीणाचंही काम आटोपलं. दिवसभर शारीरिक श्रमही झाले होते. मानसिक ताण होताच. झोप लागत नव्हती. लागेल असं वाटत नव्हतं. मन सुखावून जाण्यासारखं काही घडेल, असं चिन्ह नव्हतं. मग मला वाटत राहिलं, कमीतकमी मघाशी आपण एकच जिना चढण्याचा कंटाळा करायला नको होता. श्रीकांत कसा झोपलाय, एवढं पाहायला तरी हवं होतं.

तेवढ्यात वीणानं गॅलरीत हाक मारली. काहीतरी चाळा म्हणून मी गेलोही.

"त्या माणसाची स्कूटर पाहा स्टार्टच होत नाही." - वीणा म्हणाली.

मी खाली पाहिलं. 'किक्स' मारून मारून तो चांगलाच हैराण झाला होता. 'किक्स' मारत होता, पण छे! स्कूटर तेवढ्यापुरती आवाज करीत होती. मागच्या कॅरियरवर भलंमोठं गाठोडं बांधलं होतं. त्या गाठोड्यावर हात ठेवून त्याची बायको -हो, बायकोच असावी -मोठ्या कष्टानं उभी होती. कष्टानं उभी होती म्हणायचं कारण, ती गरोदर होती. दिवसही भरत आल्यासारखे वाटत होते.

"आपण खाली जाऊन पाहू या का?" - वीणानं विचारलं.

मी 'हो' म्हटलं.

आम्ही खाली आलो. त्या दोघांजवळ गेलो.

"काय झालंय?" - मी विचारलं.

त्या गृहस्थाला आधार वाटला. घाम पुसत तो वैतागून म्हणाला, "साली स्टार्ट होत नाही."

मी मग काही वेळ प्रयत्न केला. तरी ती शांतच.

वीणा त्याच्या बायकोला म्हणाली, "केव्हाचे आम्ही वरून पाहत होतो. राहवेना तसे आलो–"

तीही त्यावर मोकळेपणानं म्हणाली, "काही कल्पनाच नाही असा खोळंबा होईल याची. सगळं लक्ष घरी लागलंय..."

"साहजिक आहे. वाट पाहत असतील घरी."

"वाट पाहायला कुणी नाही; पण सतीश उठला तर रडून गोंधळ घालील."

"म्हणजे?" - मी विचारलं.

त्यावर तो म्हणाला, "मुलाला तसाच झोपवून, बाहेरून कुलूप लावून आलोत आम्ही. एकदा झोपल्यावर तो सहसा उठत नाही. शेजारी सांगून ठेवलंय, पण त्याचा काही नेम नाही."

"त्यातून काकी 'जाऊ नका' म्हणत होत्या."

"का?"

"मी या अवस्थेत स्कूटरवर बसणं बरं नाही, म्हणत होत्या."

"बरोबर आहे त्यांचं!" वीणा म्हणाली.

"वीणा, असं कर, तू यांना वरती घेऊन जा. मी आणि हे मेकॅनिककडे जातो आपल्या."

वीणा 'बरं' म्हणाली. त्या अनामिकाचा हात पकडीत मी म्हटलं,

"Now don't worry. माझी स्कूटर आहे. आपण माझ्या मेकॅनिककडे जाऊ चला."

मी मग भराभरा निघालो.
मनावर आलेलं मळभ दूर झालं.
आम्ही दोघं गॅरेजपाशी आलो.
"स्कूटर इथं ठेवता?" त्यानं विचारलं.
"हो. मित्राची मेहरबानी म्हणून ही सोय झाली."
"उपकार करणाऱ्या माणसांना चांगले मित्र भेटायचेच." तो भारावून म्हणाला.
"Don't mention."—
स्कूटर बाहेर काढून मी ती उगीचच शिरीषच्या घराकडे पिटाळली. आता रस्त्यावरून केवळ बंद केलेला दरवाजा दिसणार होता. तरी त्या बाजूला वळलो आणि नवल म्हणजे गॅलरीत शिरीषचे वडील!
गाडी थांबवत मी म्हटलं,
"अजून झोपला नाहीत?"
"नाही. नेहमी मी आतापावेतो जागा असतो. तुम्ही कुठे फिरायला?"
"हो, सहजच!"
"छोकऱ्याची काळजी करू नका. He is quite comfortable!"
"छे, छे!"
मेकॅनिकला उठवावं लागलं. आवश्यक ती सामग्री घेऊन तो झटपट आमच्याबरोबर त्याच्या स्कूटरवरून निघाला.
"हे काय, तुम्ही दोघी इथंच?"
"मी 'चला' म्हटलं त्यांना. मस्तपैकी कॉफी देते म्हटलं. पण येत नाहीत. सामानही होतं बांधलेलं आणि जिने चढवणार नाहीत म्हणाल्या."
बॅटरीच्या उजेडात मेकॅनिकचं 'खाटखुट' सुरू झालं.
"सतीश जर उठला असेल, तर रिकाम्या घरात तो अगदी वेड्यासारखा होईल–"
ती सांगत होती. आधीच ती 'अवघडलेली', त्यात या परिस्थितीत आणखीनच केविलवाणी दिसत होती.
मेकॅनिकनं कुठं काय केलं कोण जाणे! पण स्कूटर एकदम वाघिणीसारखी गुरगुरू लागली. धुराचे लोट सोडू लागली.
त्या माणसानं मला मिठीच मारली. शंभरदा, हजारदा आमचे आभार मानीत त्यानं स्कूटर सुरू केली.
"तुम्हाला मी काय देऊ?"
"सतीशला भाऊ हवा की बहीण?" वीणानं विचारलं.
"बहीण हवी." - दोघं एकदम म्हणाली.

"मग बर्फी वाटाल तेव्हा आम्हाला विसरू नका." मी म्हणालो.

मेकॅनिक आणि ती दोघं निघून गेली.

–आणि मी?

कालपासून माझं जड झालेलं शरीर, दडपलेलं मन, बावरलेली वृत्ती हे सगळं सगळं एकाएकी भानावर आलं. मला संगती लावता येत नव्हती; सूत्र सापडत नव्हतं; कार्यकारणभाव समजत नव्हता. त्या मेकॅनिकनं दोन मिनिटांत स्कूटरचीच काही कळ फिरवली नव्हती, तर माझीही फिरवली होती.

–स्कूटरबरोबर त्यानं मलाही चैतन्य दिलं होतं.

■

धर्म

दीपक-मंगलेची गाडी ब्रिजकडे वळून दिसेनाशी झाली. मी सुस्कारा सोडला! मला परळच्या बाजूला जायचं होतं म्हणून मी खोदादाद सर्कलला उतरलो. महाबळेश्वरपासून प्रवास केल्यामुळे काहीसा शिणवटा आला होता. झक्कपैकी डॉजमधून प्रवास झाल्यामुळे पोटातलं पाणीसुद्धा हललं नव्हतं! नाहीतर तो एसटीचा किंवा आमच्या कंपनीच्या गाडीचा प्रवास! राम राम! पळत पळत मुंबईहून पुण्याला गेलो तरी एवढं दमायला होणार नाही! 'डॉज'मधून उतरल्यावर ट्रॅममध्ये बसावंसं वाटेना. मी टॅक्सीला हात केला आणि टॅक्सी ड्रायव्हरला पत्ता सांगून मागच्या सीटवर अंग झोकून दिलं!

जवळजवळ अडीच महिन्यांनी मुंबापुरी पाहत होतो! आठ दिवसांच्या 'आउटडोअर'च्या कामानिमित्त आमची कंपनी जी महाबळेश्वरला गेली, ती अडीच महिने तळ ठोकून राहिली. महाबळेश्वरचं कौतुक कधीकधी महाबळेश्वरला जाणाऱ्यालाच आणि तेसुद्धा सौ.ला घेऊन! मी तिथं महिन्यातच वैतागलो. मुंबईतलं ते यांत्रिक जीवन, ट्रॅम्सचा खडखडाट, लोकांची धावपळ आणि आमची परळची दहा बाय नऊची खोली; सर्व केव्हा एकदा नजरेला पडेल असं मला होऊन गेलं! शेवटी अडीच महिन्यांच्या लांबलचक मुक्कामानंतर आज सकाळी आम्ही महाबळेश्वर सोडलं! मंगलेला 'मेकअप' करताना, आदल्या दिवशी, तिनं मला ही गोड बातमी सांगितली! क्षणभर माझा विश्वासच बसेना! पण कंपनीच्या हिरॉइनकडून समजलेली बातमी! ती खोटी कशी असणार?.. मला विचारात पडलेला पाहून ती म्हणाली होती, ''तुम्हाला या बातमीचं काही विशेष वाटलेलं दिसत नाही!''

–वास्तविक मला अतिशय आनंद झाला होता! पण प्रवास कसा काय होणार, याची विवंचना त्याच क्षणी सुरू झाली होती. महाबळेश्वरला कंपनीच्या गाडीतून आलो, तेव्हाचे हाल नजरेसमोर आपोआप उभे राहिले! मंगलेनं पुन्हा तोच तोच आक्षेप घेतल्यावर मी तिला माझी विवंचना सांगितली. आरशातून माझ्याकडे बघत मी मनमोकळेपणी म्हणाली,

''हात्तिच्या! जाताना माझ्या गाडीतून नेईन तुम्हाला!'' - मला तेव्हा माझा आनंद लपवता येईना! लिपस्टिकची कांडी सारखी करीत मी म्हणालो, 'आंधळा मागतो एक, देव देतो दोन!'

''चश्म्यासकट!'' -मंगला पुढे म्हणाली होती.

– आम्ही दोघंही हसलो. जरा वेळानं मी विचारलं होतं,

''पण दीपकराव असतील ना बरोबर?''

''मग ते काय तुमच्या मांडीवर बसतात की काय?''

'छे, छे! तुमची मांडी असताना मला काय त्यांचा त्रास होणार?'

–अर्थात, हे वाक्य मी मनात बोललो होतो!

–पण खरोखरच महाबळेश्वर सोडल्यापासून त्या दोघांनी एकमेकांच्या मांडीवर बसण्याचंच बाकी ठेवलं होतं! त्यांना माझी व शोफरचीसुद्धा लाज वाटत नव्हती! समोरच्या काचेतून आम्हाला सारं दिसत होतं! पण त्याची त्यांना खंत नव्हती. शोफरची नजर मेली होती, पण माझे डोळे मात्र चुकार वासराप्रमाणे नकळत तिकडे वळत होते! माझ्या शरीरातला अणुरेणू भडकला होता! कानशिलं तापली होती, डोळे पेंगत होते, हातपाय ताठरत होते, शरीर शहारत होतं आणि शोफर?... शोफर माझ्याकडे, 'बच्चा आहेस अजून, फुकट सहा वर्षं या लाइनीत घालविली.' या अर्थाने बघून मिशीतल्या मिशीत हसत होता!

तेव्हापासून मी पेटलो होतो! उषेला केव्हा पाहीन असं मला झालं होतं! दोन-अडीच महिन्यांत तिचं दर्शन नव्हतं! तिच्या एका कटाक्षासाठी माझे नेत्र हपापले होते! तिच्या शब्दासाठी कानांत जीव गोळा झाला होता आणि शरीरातला कणन् कण तिच्या गाढ आलिंगनासाठी बंड करून उठला होता! माझ्या एकुलत्या एका मुलाचीही मला तेव्हा आठवण येत नव्हती!

दारात पाऊल पडल्याबरोबर उषा सामोरी यावी असं वाटत होतं!

–पण तसं घडणार नव्हतं!

उषाला यायला अवधी होता. माझी उषा नोकरी करीत होती. सिनेमा व्यवसायातील माझी नोकरी बेभरवशाची आणि तुटपुंज्या पगाराची! तोही वेळेवर न मिळणारा! एवढ्यासाठी -संसाराचा गाडा ढकलण्यासाठी तिला आर्थिक जबाबदारीपण उचलावी लागत होती!

दारात पाऊल टाकताच चिमण्या हातांचा पायाला घट्ट विळखा बसला! मला पायदेखील उचलता येईना! शेवटी ट्रंक तिथेच खाली ठेवून मी विजयला उचलून कडेवर घेतलं. एकापाठोपाठ एक असे त्याचे असंख्य मुके घेऊनसुद्धा माझी तृप्ती होत नव्हती! पिता-पुत्राची ही भेट बघायला दारात आलेल्या आईलाही तिचे अश्रू आवरेनात! खाली ठेवलेली ट्रंक उचलून घेत आई म्हणाली,

"चार ओळीतरी खरडायच्या होत्यास! उषानं रजातरी घेतली असती!"

"अगं, मुंबईत येऊन जुनापुराणा झाल्यावर माझं पत्र मलाच वाचून दाखवावं लागलं असतं!"

"अचानक ठरला वाटतं बेत?"

"हं-!"

"बरं, आधी चहा घेणार, का एकदम पानावर बसतो आहेस?"

"चालेल. एकदम जेवू या!"

– आई पानं घेऊ लागली. विजय पुन्हा मला चिकटला.

"विज्या, आईला त्रास नाही ना देत फार?"

"ते त्याला नको विचारूस! मला विचार! दिवसभर त्याच्यामागे धावून धावून कमरेचे टाके ढिले होतात! एक घटकाभर झोपत नाही दुपारचा!" —कौतुकमिश्रित स्वरात आईनं तक्रार मांडली!

"हो, रे? आई काय सांगते? एवढा हैराण करतोस?"

"एवढा म्हणजे? माझ्या जागी दुसरी कोणतीही बाई टिकली नसती! बाईच कशाला, एक तासभर आरडाओरड न करता तूच सांभाळून दाखव! अरे, आता पन्नाशीच्या घरात आलेली मी; पण सोळा वर्षांच्या पोरीसारखी त्याच्यामागून धावत असते!"

मी जेवू लागलो. अडीच महिन्यांत प्रथमच मिळालेलं अमृतासारखं गोड जेवण मी अधाशाप्रमाणे जेवत होतो. आई समाधानानं माझ्याकडे बघत होती.

"जेवणाचे खूप हाल ना?"

"खूपसे! –भाजी छान झाली आहे. कुणी केली?"

"मीच! हल्ली मी एक नवीन नियम करून टाकला आहे. सकाळचा सगळा स्वयंपाक नि उषा ऑफिसमधून येईतो विजयला सांभाळणं, ही दोन कामं माझ्याकडं! रात्रीची देखभाल उषेकडं! दिवसभर याच्यामागे धावधाव केल्यावर संध्याकाळी काहीच त्राण उरत नाही. तेव्हा कोणत्याही परिस्थितीत संध्याकाळी स्वयंपाकघराकडे फिरकायचं नाही, असं ठरवलंय! पाट मांडला की बसायचं, जेवण झालं की ताट न उचलता बाहेर यायचं! उषा समोर ठेवेल ते जेवायचं!"

माझा चेहरा अभावितपणे बदलला.

"का रे? चेहरा का असा केलास? संध्याकाळी फिरायला जायचा बेत होता वाटतं?.."

स्वतःला सावरीत मी म्हणालो, "छे, छे! फिरायला कसला जातोय!" आणि पाठोपाठ डोक्यात एक कल्पना येऊन मी म्हणालो, "आज कमालीचा थकलोय! आणि त्यात आता जेवण झाल्यावर, बाकीचं सामान कंपनीत पोचलं की नाही, हे बघायला कंपनीत जायचंय..."

आई गप्प बसली. एकापाठोपाठ एक मला या थापा कशा काय सुचल्या, याचं नवल करीत मी पाण्याचा पेला तोंडाला लावला.
जेवण करून मी सरळ उषाच्या ऑफिसात जायचं ठरवलं होतं! संध्याकाळ होईपर्यंत टॅक्सी करून मनसोक्त हिंडण्याचा बेत मी आखीत होतो! ऐपत नसतानादेखील टॅक्सीतून हिंडण्याची ऊर्मी आज मी दाबणार नव्हतो! टॅक्सी ड्रायव्हरची लाज न बाळगता मीपण आज उषेला खेटून बसणार होतो!.. दीपक-मंगलेप्रमाणं!!
तातडीचं काम असल्याप्रमाणे मी जेवण भराभर आटोपलं आणि त्यातल्या त्यात चांगले कपडे करून बाहेर पडलो. आईला फसवून, विजयला चुकवून!
उषाच्या ऑफिसात जाण्याची माझी ही पहिलीच वेळ. पत्ता शोधत शोधत तिच्या ऑफिसात पोहोचलो, तेव्हा चार-सव्वाचार वाजले होते. ऑफिस सुटायला अजून एक ते दीड तासाचा अवकाश होता. दारावरच्या शिपायाला मी कुणाकडे आलोय ते सांगितलं. 'आत्ता कोण बुवा आलाय', असा चेहरा करीत ती बाहेर आली. मी समोर दिसताच ती कमालीची गोंधळली, तेवढीच आनंदली! तिला हे स्वप्नच वाटत होतं!
आनंदाश्चर्याने तिच्या तोंडून शब्द फुटेना!
"उषा, हे स्वप्न नाही!" –मीच सुरुवात केली.
"मला अजून स्वप्नच वाटतंय!"
इकडे-तिकडे कुणी नाही असं पाहून मी तिचा हात हातात घेत म्हणालो, "हा स्पर्श तरी स्वप्नातला वाटत नाही ना?"
उषा काही बोलली नाही. तिचे दोन्ही डोळे भरून आले होते. माझाही घसा नकळत दाटला होता.
"इकडे आलेलं आईंना माहीत आहे?" तिनं स्वत:ला सावरत विचारलं.
"नाही. कंपनीच्या नावाखाली थाप मारून आलोय! तुला घरी, घरी म्हणण्यापेक्षा भटकायला नेण्यासाठी आलोय! येतेस?"
– पण उषा काही उत्तर देण्याच्या आत एक मुलगी आतून आली व आम्हाला पाहून थबकली.
"ये ना! तुझी ओळख करून देते. हे माझे मिस्टर.. आणि ही मिस लेले-"
यांत्रिकपणे मी हात जोडले.
"ए, माझं एक काम कर. मी घरी लवकर चालले आहे. माझ्याकडे एक स्टेटमेंट टाइप करायला आलंय! तू देशील करून?" लेलेनं उषाला लाडात येऊन विचारलं!
"तू कुठं चाललीस पण?" - उषा.
"वा! सकाळीच नाही का सांगितलं, पिक्चर आहे पावणेसहा वाजता म्हणून? मस्त आहे म्हणतात! मोठा आहे म्हणून पावणेसहालाच चालू होतो. माझी आवडती

‘कास्ट’ आहे दीपक-मंगला! अच्छा! प्लीज, ओब्लाईज मी!’’
–दीपक-मंगला! आवडती ‘कास्ट’ म्हणे! असली निर्लज्ज माणसं आवडायचीच यांना! असा त्या भवानीचा राग आला!
‘‘पाहिलंत! ही गेली. आता साहेबांना माझ्याशिवाय डिक्टेशनला दुसरं कुणी चालणार नाही.’’
तिचं हे वाक्य संपतं न संपतं, तोच ऑफिसबॉय बाहेर आला. ‘साहेब लवकर बोलावत आहेत!’ एवढं सांगून तो निघून गेला. उषाला काय बोलावं कळेना! काही बोलण्याची गरज नव्हती! माझ्या हातातल्या पुडीकडे लक्ष जाऊन तिनं विचारलं,
‘‘हातात काय आहे?’’
‘‘तुला वेणी आणली होती!’’
‘‘अय्या, खरंच? पण आता नाही घालता येणार! तुम्ही थांबता ऑफिस सुटेपर्यंत?’’
‘‘नको! तुझी आणखीन द्विधा मन:स्थिती होईल! मी जातो घरी. तू ये शक्यतो लवकर.’’
—उषा आत गेली.
मी चरफडत बाहेर आलो!
व्यवहारी जग हे! तिथं भावनांना कसली आहे जागा! भावना गुंडाळून ठेवून व्यवहार पाहायचा आणि स्वत:ला माणूस म्हणवून घ्यायचं. मीसुद्धा त्याच व्यवहारापायी अडीच महिने महाबळेश्वरसारख्या जादूनगरीत भावना मारीत राहिलो होतो! मला तेव्हा ते जाणवत नव्हतं अशातला भाग नव्हता, पण आता त्याची तीव्रता सहस्रपटींनी जास्त होती. प्रत्यक्ष नवरा असून या क्षणी माझा माझ्या उषेवर अधिकार नव्हता. उषेशिवाय साहेबाचं काम अडलं! माझी उषा आहेच तशी! पण पत्नीधर्मापेक्षा चाकरधर्म श्रेष्ठ ठरावा, अं? काय करेल बिचारी! मान ताठ ठेवून जरी नाही, तरी जागच्या जागीच ठेवून जगता यायला हवं ना! ‘नोकरी सोड’, असं तर मी तिला नक्कीच सांगू शकत नव्हतो.
उषाला घरी यायला साडेसहा वाजले.
‘‘का गं, आज नेमका एवढा उशीर?’’ आईनं विचारलं.
‘‘आज काम फार होतं. ऑफिस सुटल्यावरही थांबावं लागलं.’’
–सुमारे सात-आठ तासांनी आई भेटली म्हणून विजय तिला चिकटला. पोटचा गोळा असूनही त्याचं कौतुक करण्याचं त्राण किंवा तशी मन:स्थिती उषेजवळ नव्हती! नाइलाजानं तिनं त्याला उचलून कडेवर घेतलं... घेववत नसतानाही.
‘‘आई, आई, आप्पा आऽऽले!’’ उषेला जुनी असलेली बातमी विजयने सुनवली.
‘‘अय्या, खरंच?...’’ - उषेने असा काही विलक्षण अभिनय केला की, तसा अभिनय मंगलेला सात जन्म सिनेमात घालवून साधला नसता!

''दुपारीच आलाय. जेवण केलं कसंतरी आणि गेला लगेच कामावर. आता एवढ्यात आला तासापूर्वी. चेहरा किती उतरलाय बघ!'' - आईनं सात्त्विक संतापानं उषेला माहीत असलेली गोष्ट हिरिरीनं सांगितली.
थोडा वेळ विजयचं कौतुक करून उषेनं त्याला बाजूला केलं आणि विश्रांतीची गरज असूनही ती रात्रीच्या स्वयंपाकाला लागली.
किती फरक हा स्त्री-पुरुषात! आठ तास खर्डेघाशी केल्यावर पुरुष घरी येऊन आराम करू शकतो! एखादं मासिक वाचत, गरम चहाचे घुटके घेत पलंगावर लोळू शकतो किंवा लहर लागल्यास परत बाहेर पडू शकतो! पण तेवढाच वेळ नोकरी करून तेवढेच श्रम करून घरी आलेल्या स्त्रीला मात्र पुरुषाइतके हक्क मिळत नाहीत!
मी, आई आणि विजय अशी पंगत बसली. उषा वाढू लागली. दुपारी जेवण उशिरा झालं होतं. शरीर थकलं होतं. मला जेवणात गोडी नव्हती. मला भूक निराळी होती. उषेच्या हातच्या चविष्ट अन्नापेक्षा तिचा प्रत्यक्ष हस्तस्पर्श मला तृप्त करणार होता! आईच्या नकळत आमची नजरानजर होत होती. तोंडाने जे बोलू शकत नव्हतो, ते नजरेनं एकमेकांना कळवत होतो. उषेचा गृहिणीचा धर्म चालू झाला होता. कुणाला काय हवं, काय नको, हे ती जातीनं पाहत होती. दुपारपेक्षा ती जास्त करारी दिसत होती. मला तिचं कौतुक वाटलं. अमोल रत्न माझ्यासारख्या दरिद्री माणसाला दिल्याबद्दल मी देवाला पुन:पुन्हा दोष दिला!
जेवण झाल्यावर मी सुपारी चघळत त्या सुवर्णक्षणाची प्रतीक्षा करत बसलो. बाहेरच्या खोलीत आई विजयला झोपवीत होती. उषाचं अजून काही ना काहीतरी चाललं होतं. एकच क्षण माझ्या मनात विचार आला, आजचा दिवस रात्रीसुद्धा आईनं सगळं केलं असतं, तर विशेष काय बिघडलं असतं? पण काय अधिकार आहे मला असा विचार करण्याचा? दिवसभर तीपण थकते, पण मग उषाही दिवसभर नोकरी करतेच ना?.. छे! सगळाच प्रॉब्लेम आहे! दोन घटकांना जोडणारा दुवा मी. पण त्यापैकी एकाही घटकाचा जास्त सहानुभूतीने विचार करण्याचा मला अधिकार नव्हता! आज उषाशी काय काय बोलायचं हे मी जुळवू लागलो, जणू काय आजची रात्र मला 'पहिल्या रात्री'सारखीच वाटत होती!
''बाई, आज बासना घासायला म्या येनार नाय! माजा आंग तापलाय!'' - दरवाजातूनच ओरडून रामा निघून गेला. माझी तंद्री भंगली. आई काही बोलली नाही आणि दोनच मिनिटांनी माझ्या खोलीकडे तांब्याभांडं घेऊन येणारी उषा मला दिसायच्या ऐवजी, खरकट्या भांड्यांचा ढीग घेऊन मोरीकडे गेलेली दिसली!
–व्यवहारधर्म!
आणखी काही काळ उषा मला अंतरली होती. रामाच्या राज्याभिषेकासाठी जो उत्तमोत्तम म्हणून मुहूर्त निवडला गेला होता, त्याच वेळेवर त्याच्या वनवासाची

मुहूर्तमेढ होती!

योगायोग असा असतो!

सुमारे तासाभरानं उषा परतली. गुडघ्यापर्यंत भिजलेलं पातळ वर खोचून घेतलेलं, विसकटलेल्या केसांत राख उडालेली, घामानं कपाळावरचं कुंकू विसकटलेलं, दोन्ही खांद्याजवळचा पोलक्याचा भाग तोंड पुसल्यामुळे काळपट झालेला, अशा अवतारात माझ्यासमोर येऊन ती हसू लागली! तिचं हसणं इतकं केविलवाणं होतं की, त्याऐवजी तिनं एखादा हुंदका दिला असता तर मला जास्त बरं वाटलं असतं! ओले हात पदराला पुसत ती माझ्याशेजारी येऊन उभी राहिली. तिच्या कमरेभोवती हात टाकून मी तिला आरशासमोर आणली. स्वत:चं स्वरूप बघून ती म्हणाली, ''शी:! काय अवतार झालाय माझा!''

''होऊ दे गं! आता रात्री कोण बघायला येतंय तुला?'' मी तिला जवळ ओढली.

''मला नका जवळ घेऊ! माझा काहीतरीच अवतार आहे. एक मिनिट थांबा! मी आलेच!''

आणि मी 'काय करतेस? थांब!-' असं म्हणेपर्यंत ती बाथरूममध्ये गेली. दहा-पंधरा मिनिटांनी ती बाहेर आली. साक्षात चंद्रप्रकाश खोलीत आल्याचा मला भास झाला. तिनं स्नान केलं होतं! बाहेर आल्यावर ती बऱ्यापैकी पातळ नेसली. स्नो, पावडर लावली. एवढंच नव्हे तर कधी काळी मी दिलेली अत्तराची बाटली शोधून काढून तिनं अत्तरही लावलं!

सर्व थाटमाट झाल्यावर तिनं मला विचारलं,

''तुम्ही आणलेली वेणी कुठाय?''

''तुझा विचार काय आहे?''

''सांगू?.. चली दुल्हनिया पियासे मिलने, छोटासा घूंघट निकालके...!'' –उषानं 'परिणीता'मधल्या गाण्याची ओळ म्हणून दाखवली. महाबळेश्वरला जाण्यापूर्वी आम्ही तो चोरून पाहिला होता.

''मला वाटलं, फिरायला जायचा विचार आहे की काय!''

''छे गं बाई! बिलकूल त्राण नाही आज. इथेच गप्पा मारीत बसू. सांगा पाहू तुमच्या महाबळेश्वरच्या गमती! आज वक्त्याची भूमिका तुमची हं! आमची श्रवणभक्ती.''

मी नुसतंच तिच्याकडे पाहिलं. हजार मंगला तिच्यावरून ओवाळून टाकाव्यात असं मला वाटलं! कुठे तो सकाळचा बाजारी शृंगार आणि कुठे आत्ताचा सात्त्विक प्रणय! सुवर्णक्षण उगवला होता. माझी उषा आता हाताच्या अंतरावर उभी होती. मी तिच्या चेहऱ्याचं बारकाईनं निरीक्षण करू लागलो आणि अचानक मला तिची ऑफिसमधली चर्या आठवली; त्यानंतर तिनं विजयला उचलून घेतलं, तेव्हाचे भाव आठवले; संध्याकाळी जेवायला वाढतानाची मूर्ती आठवली...

आता ती माझ्यासाठी माझ्यासमोर उभी होती!

नकळत माझ्या हृदयात कुठेतरी सूक्ष्म संवेदना झाली. - 'बघ, सगळे धर्म संपले! आता पत्नीधर्म सुरू झालाय!'

पुन्हा मी तिच्या नजरेवर नजर स्थिर केली आणि अगदी तोच भाव मला तिच्या नजरेत आढळला. माझा तर्क बरोबर आहे का, हे अजमावण्याच्या दृष्टीनं मी म्हणालो,

"उषा, लाडके, तू एवढं सगळं केलंस! पण मी आज इतका थकलोय की, गादीला केव्हा पाठ लागेल असं मला झालंय!"

माझ्याजवळून एकदम उठत ती म्हणाली,

"हात्तिच्या! आधी का नाही सांगितलंत? उठा... आत्ता गादी घालते मी!"

उषानं माझी गादी पलंगावर घातली आणि तिची खालती घातली.

"मी झोपू?" एखाद्या लहान मुलाप्रमाणे तिनं मला विचारलं.

"हो, हो, खुशाल!"

–सुट्टी मिळाल्याच्या आनंदानं ती खाली झोपली आणि तो दमलेला जीव निमिषार्धात घोरू लागला.

मी मात्र चक्क जागा राहिलो. उषा समाधानानं झोपली होती. तिच्या चेहऱ्यावरचं समाधान मला प्यावंसं वाटू लागलं! बिचारी उषा माझ्यासाठी नोकरी करते. अडीच महिन्यांनी भेटणाऱ्या नवऱ्याजवळ असं कसं जायचं? तिनं स्नान केलं, नट्टापट्टा केला! त्यामागे भावना निश्चित होत्या, पण त्यापेक्षा 'धर्मा'चा भाग जास्त होता! नोकरधर्मातून तिची सुटका मी करू शकत नव्हतो; आईला दोन्ही वेळेला 'घर सांभाळ' असं सांगू शकत नव्हतो; सुनेचा धर्म पाळण्यापासून उषेला परावृत्त करू शकत नव्हतो; जास्तीतजास्त, माझी सेवा करू नकोस एवढंच मला सांगता येण्यासारखं होतं! माझ्या अधिकाराच्या मर्यादा तिथेच संपत होत्या! तेच मी केलं. रात्रभर एकमेकांचा उपभोग घेऊन पहाटे डोळा लागल्यावर जे समाधान मला उषेच्या चेहऱ्यावर पाहायला मिळालं असतं, त्याच्या कितीतरी पट अधिक समाधान आणि तृप्ती मला आता बघायला मिळत होती!

मी काहीतरी खूप खूप मिळवलं होतं! त्या आनंदाच्या भरात मी दिवा मालवून टाकला.

मी आणलेली वेणीची पुडी तशीच टेबलावर पडली होती, पण तिचा सुवास मात्र मला इथं येत होता!

■

भाऊचा धक्का

(हॉल माणसांनी गच्च भरलेला आहे. सभेला सुरुवात केव्हा होते, याकडे सर्वांचे लक्ष लागले आहे. इतर कोणत्याही सभेसारखी ही सभा ओढूनताणून भरवल्याप्रमाणे नाही. विषय प्रत्येकाच्या जिव्हाळ्याचा आहे, त्यामुळे प्रत्येकजण उत्स्फूर्तपणे आलेला आहे. अर्थातच अध्यक्ष, उपाध्यक्ष, स्वागताध्यक्ष इत्यादी ठरावीक चाकोरीतून पुढे सरकणारी ही सभा नाही. असल्या सभेचा वृत्तान्त देण्याची नेहमीची प्रथापण मी सोडणार आहे. तेव्हा वक्ता क्रमांक एक, दोन, तीन या स्वरूपात ही हकिकत दिलेली बरी.)

वक्ता पहिला : सद्‌गृहस्थहो, आजची सभा का भरली आहे, हे आपण जाणतच आहात. अशा तऱ्हेची सभा भरावी अशी प्रत्येकाला आतून ओढ होती, हे निराळे सांगण्याची जरुरीच नाही. रस्त्यावरून धक्के मारणाऱ्या लोकांचा निषेध करण्यासाठी ही तातडीची सभा भरवण्यात आली आहे. तेव्हा आपण आता सभेच्या कामाची सुरुवात करायला हरकत नाही.

वक्ता दुसरा : माझ्या आधी जे गृहस्थ बोलले, त्यांच्या मुद्द्याचा नीट विचार व्हायला हवा. त्यांनी आजच्या सभेचा उद्देश अगदी भलताच सांगितलेला आहे. धक्के मारणाऱ्या लोकांचा निषेध करण्यासाठी आजची सभा नसून ज्या सद्‌गृहस्थांवर, मान्यवर नागरिकांवर धक्के मारण्याचे आरोप होतात, त्यांना वाचवण्यासाठी ही सभा बोलावली आहे.

एक उतावीळ वक्ता : म्हणजे धक्के मारणाऱ्यांना या सभेची अनुमती आहे, असं समजायचं आहे काय?

पहिला वक्ता : माझी विनंती आहे की, आता ज्यांना काही बोलायचं आहे त्यांनी व्यवस्थित समोर येऊन बोलावे. स्वत:च्याच जागेवरून बोलू नये. इतर सभेच्या सर्व चाकोऱ्या मोडण्यासाठी आपण अध्यक्ष, उपाध्यक्ष वगैरे मुद्दाम नेमले नाहीत. म्हणजे त्या दृष्टीने आपण हा सर्वांना धक्का दिलेला आहे.

('धक्का' शब्दामुळे सभेत काही काळ गोंधळ. जरा वेळानं परत शांतता.)

दुसरा वक्ता : लोकांनी शांत राहावे व मला जे काही म्हणायचं आहे ते ऐकून घ्यावे. मघाशी माझ्या एका विधानाचा विपर्यास करण्यात आला, त्याचा मला खेद वाटला. ही सभा कोणताही धक्का सहन करणार नाही. मग तो बाईनं पुरुषाला दिलेला असो, पुरुषानं बाईला दिलेला असो किंवा बाईनं बाईला, पुरुषानं पुरुषालाही दिलेला असो. माझ्या म्हणण्याचा मूळ मुद्दा एवढाच होता की, जी माणसं कधी कुणाला धक्का मारीत नाहीत त्यांच्या हातून जर चुकून किंवा काही कलात्मक आनंद मिळविण्यासाठी एखाद्या व्यक्तीला धक्का लागला तर त्याचा समाजात एवढा बाऊ होऊ नये. पोलीस किंवा सरकार यांनी त्याविरुद्ध लगेच कारवाई करू नये आणि तेवढ्याचसाठी मी काही योजना मांडणार आहे. सगळ्या कलात्मक धक्के देणाऱ्या धक्केवाल्यांची एक असोसिएशन स्थापन करावी. असे धक्के देणाऱ्या लोकांच्या मनात तसा कोणताच गैर अर्थ नसल्याने त्या असोसिएशनला 'भाऊचा धक्का' म्हणायला हरकत नाही. कारण आपण सर्व भाऊ आहोत. या असोसिएशनचा सभासद असलेल्या माणसाचा गर्दीत कुणाला चुकून धक्का लागलाच तर सरकारने किंवा पोलीसने त्याची खबर प्रथम आम्हाला द्यावी. असोसिएशनतर्फे त्या सभासदाचा योग्य तो बंदोबस्त केला जाईल. जेव्हा असोसिएशनचेदेखील प्रयत्न फसतील, तेव्हा मग त्यात सरकारने हस्तक्षेप करावा.
तिसरा वक्ता : माझ्या आधीच्या गृहस्थांनी जी योजना मांडली, त्याबाबत मला दोन-चार शंका आहेत. एकतर एका धक्के मारणाऱ्या गृहस्थाचं आणि दुसऱ्या धक्के मारणाऱ्या गृहस्थाचं एकमेकांत कधीच पटत नाही. त्यामुळे सगळे धक्काकार एकत्र येतील, याबद्दल मला शंका आहे. प्रत्येकाची धक्के मारण्याची पद्धत स्वतंत्र आहे, स्वयंभू आहे आणि त्याहीपेक्षा महत्त्वाची बाब म्हणजे अमुक एकाचा धक्का कलात्मक आणि दुसऱ्याचा धक्का केवळ धक्क्यासाठी, असा भेदभाव तुम्ही कसा करणार? कोणती कसोटी लावल्यावर या दोहोंतला फरक समजणार? धक्क्याधक्क्यातला हा फरक जोपर्यंत सरळसरळ समजू शकत नाही, तोपर्यंत त्या असोसिएशनला काही अर्थ नाही.
चौथा वक्ता : तिसऱ्या वक्त्याला पडलेली भीती निराधार आहे. मुद्दाम धक्के मारीत फिरण्याचा उद्देश कुणाचा असतो, नाइलाज म्हणून कोण धक्के मारतो आणि धक्का न मारताही धक्के मारण्याचा आरोप कुणावर येतो, हे सहज ओळखता येतं. तेव्हा अशा असोसिएशनला काही अर्थ नाही, हा मुद्दा गैरलागू आहे.
पाचवा वक्ता : मला असं म्हणायचं आहे की, आपण भलत्याच विषयावर ही चर्चा करीत आहोत. काही दिवसांपूर्वी विनयभंग केल्याच्या आरोपावरून ज्या काही धक्काकारांविरुद्ध कारवाई करण्यात आली आहे, त्यांच्यासाठी आपण काही करू शकतो का, याचा विचार होणं आवश्यक आहे.

पहिला वक्ता : सभेला अध्यक्ष नाही, पण मी पहिल्यांदा सुरुवात केली असल्याने पाचव्या वक्त्याच्या शंकेचं निरसन करणार आहे. परवा विनयभंगाचा आरोप झालेल्या धक्काकारांचा प्रश्न कायद्याच्या कक्षेत असल्याने या सभेला त्याचा विचार करताच येणार नाही. या सभेचा मूळ उद्देश असा आहे की, भविष्यात इतर धक्काकारांवर असाच अकारण आरोप आल्यास सभेतर्फे कायमसाठी काही तरतूद करता येईल किंवा नाही! आणि त्या दृष्टीने दुसऱ्या वक्त्यानं मांडलेली योजना स्वागतार्ह आहे. धक्के मारण्यासाठीच ज्यांचा जन्म झाला आहे आणि जे केवळ काहीतरी निर्मिती व्हावी एवढ्यासाठी धक्के मारतात, त्यांच्यात गोंधळ होऊन अशा धक्काकारांची गणना भलत्याच वर्गात होऊ नये, अशी व्यवस्था होणे आवश्यक आहे. कोणीतरी सरकारला हे समजावून सांगणे आवश्यक आहे. कोणीतरी याबद्दल आवाज उठवायला हवा आहे... त्याखेरीज धक्काकारांची कुचंबणा थांबणार नाही.

सहावा वक्ता : आतापर्यंत जी काही मते व्यक्त करण्यात आली, त्यांच्याशी मी अजिबात सहमत नाही. अरे, धक्का मारल्यावर पकडलं तर असे घाबरता काय?... एक गोष्ट तर सूर्यप्रकाशाएवढी स्वच्छ आहे की, धक्का मारणाऱ्या लोकांपासून त्रास होतो आणि अशा लोकांविरुद्ध काहीतरी करायला हवं... हे सर्वांना पटतंय म्हणून तर ही सभा भरली. आता हा झाला सामान्य लोकांचा विचार, पण मला इथं धक्काकारांना विचारायचं आहे, तुम्ही धक्का मारलात ना? मग आता का घाबरता? आता का इकडे-तिकडे बचावासाठी पळापळ करता? धक्काकारांची स्वत:च्या धक्क्यावर श्रद्धा पाहिजे. मी धक्काही मारणार, पण दुसऱ्या व्यक्तीला विनयभंग झाला असेही म्हणू देणार नाही, यात अर्थ नाही. हा माझा धक्का, तो मी मुद्दाम मारला, त्यात कलात्मक आनंद वगैरे काही उद्देश नाही, असं तरी सांगावं, नाहीतर मग सरळ असं म्हणावं की, मी हा धक्का मारलाय, पण तो बाजारी धक्का नाही; हा धक्का असा आहे की, तो लागला तरी विनयभंग होऊ शकणारच नाही. अशी भूमिका घेणारे उद्या दहा, वीस, चाळीस, पन्नास धक्काकार निर्माण होऊ देत आणि मग पाहा, सरकारला किंवा पोलीसला विनयभंगाचे नियम, विनयभंगाची व्याख्याच बदलावी लागेल, पण त्यासाठी स्वत:च्या धक्क्यावर श्रद्धा हवी. पांढरे स्वच्छ कपडे घालून मी हिंदू कॉलनीसारख्या वस्तीतही धक्के मारणार आणि जरा पेहराव बदलून ग्रॅन्ट रोड, केनेडी ब्रिजवरपण धक्के मारणार, अशी भूमिका पत्करण्यात हशील नाही.

एक व्यक्ती : वास्तविक 'धक्का', 'खरा धक्का', 'खोटा धक्का', 'कलात्मक धक्का', 'अश्लील धक्का' या सर्व धक्क्यांचा अर्थ 'बाई'च सांगू शकेल. कारण बाईला सर्व जाती ओळखता येतात. परवा एका गृहस्थाचा एका बाईला धक्का लागला. तो धक्का एवढा कलात्मक होता की, ती बाई 'आतल्या आत' पडलेली

मला स्वच्छ दिसली. दुसरं असं की, वर्तमानपत्रांतून धक्के मारणाऱ्यांची, विनयभंगाच्या आरोपाखाली अटक झालेल्यांची आपण जी नावे वाचतो, ती एवढी सामान्य असतात की, कधी डोळ्यांसमोरून ती गेलेलीच नसतात. तेव्हा मला असं म्हणायचं आहे की, आपल्या धंदेवाईक धक्काकारांकडून समाजाचं जेवढं अकल्याण होत नाही, तेवढं अकल्याण किंवा तेवढा विकृत परिणाम- ज्यांच्या धक्क्यामध्ये काही कलात्मक जोर आहे, अशा मान्यवर धक्काकारांकडून समाजाचं होत आहे, पण तरीसुद्धा मी तुम्हाला मघाशी एका धक्काकाराचा कलात्मक धक्का सांगितला. मला वाटतं, अशा तऱ्हेच्या काही धक्काकारांना जे प्रयोगक्षम आहेत, कलाप्रेमी आहेत, त्यांना आपण सोडून द्यावं आणि त्यासाठी -सरकार व पोलीस यांना पटवून देण्यासाठी 'भाऊचा धक्का' यासारखी संस्था अस्तित्वात येणं आवश्यक आहे.

सातवा वक्ता : सरकार व पोलीस यांना आपण निराळे का मानतो, हा मला मघापासून प्रश्न पडला आहे. धक्का तो धक्का. मग तो चुकून लागो, मुद्दाम लागो, कसाही लागो, त्याचा निषेध व्हायलाच हवा. एकदा मला एका गृहस्थाचा धक्का लागला. मी त्याला विचारलं, 'का रे बाबा धक्का मारलास?' तो धक्काकार फार प्रामाणिक होता. तो म्हणाला, 'कला वगैरे विसरा. मला स्वत:ला धक्का मारायला आवडतो. मी धक्के मारत हिंडतो. हमरस्त्यावर धक्का मारतो, लहान रस्त्यावर, गल्लीबोळात जाऊनसुद्धा धक्के मारतो.' आता मला सांगा, उद्या तुमच्या स्वत:च्या बायकोला, मुलीला कुणी धक्का मारला तर तुम्ही तो 'प्रयोगक्षम कलात्मक धक्का' म्हणून सोडून देणार का?

पहिला वक्ता : आतापर्यंत 'धक्का' या विषयावर बराच ऊहापोह झाला. तुम्ही सर्वांनी एवढ्या कळकळीने हा विषय मांडल्याबद्दल सभा आपली आभारी आहे. शेवटी जाता जाता मला एवढंच सांगायचं आहे की पोलीस, सरकार, धक्काकार यांचे हे संबंध पूर्वापार आहेत. ॲडम आणि इव्हपासून लोक एकमेकांना धक्के मारीत आलेले आहेत. सर्व एकमेकांचे विनयभंग करीत आलेले आहेत. सर्व राष्ट्रांत विनयभंगाचे नियम आहेत, त्याविरुद्ध कारवाई होणार आहे, तेव्हा आजच एवढं बिचकून जाऊन चालणार नाही. केवढा कठीण प्रसंग आला आहे, असं म्हणण्याचं काही कारण नाही. जाता जाता एवढंच म्हणता येईल, सहसा धक्का लागेल असं काही करू नये. पण जर दिलाच धक्का, तर मग त्या धक्क्यावर श्रद्धा हवी. बेधडक सांगावं, 'हो, मी मारला धक्का! काय करायचं ते करा!' एवढा धीटपणा हवा. धक्क्यामागे हेतू निव्वळ अंगचटीला जाण्याचा होता, स्पर्शाचा होता की काही निर्माण करण्याचा होता- हा भाग नंतरचा. पण मी असं मात्र म्हणणार नाही की, काही प्रयोगक्षम धक्केकारांना 'धक्का' माफ असावा आणि त्याचप्रमाणे जे लोक केवळ धक्केच मारीत हिंडतात, त्यांनाही मी पाठिंबा देणार नाही आणि देण्यात

अर्थही नाही. कारण ते 'धक्काकार' पानपान माफी-पत्रे लिहून देतात. आता असं होत आहे की, कलात्मक धक्काकारांची या बाजारी धक्काकारांमुळे कुचंबणा होते, पण त्यावरही एकच उपाय की, कलात्मक धक्काकारांनी आपल्या धक्क्यावरची श्रद्धा वाढवावी.

असो. वेळ फार झालाय, तेव्हा ही सभा बरखास्त होत आहे, हे मी जाहीर करतो. आपल्या इमारतीचा जिना अरुंद आहे. तेव्हा धक्काबुक्की न करता नीट खाली उतरावे.

■

मी, माझी सौ. आणि तिचा प्रियकर

मी एक पाजी माणूस आहे. पण तरीही माझ्यापासून दूर राहण्याचं तुम्हाला काही कारण नाही. माझ्या पाजीपणाचा उपद्रव बाहेरच्या माणसांना होत नाही. तुम्ही आता लगेच मला विचारणार की, मग तुम्ही पाजीपणानं कोणाशी वागता? आणि या प्रश्नाचं उत्तर मी द्यायच्या आतच तुम्ही माझ्या घरच्या माणसांची- विशेषत: बायकोची- कीव करायला सुरुवातही केली असणार! आणि ते साहजिक आहे. सुंदर बायकांची कीव लवकर येते. त्यातल्या त्यात ती खुबसूरत बाई माझ्यासारख्या पाजी माणसाची बायको असावी, मग इतरांच्यात तिची कीव करण्याची जणू स्पर्धा सुरू होते!... बक्षीस लावलंच तर पहिलं बक्षीसच सगळ्यांना विभागून द्यावं लागेल!

थांबा जरा... जरा सबुरीनं घ्या! -मी घरातल्या लोकांशीच पाजीपणानं वागतो, हे खरं आहे. पण घरातले लोक, लोक म्हणजे तरी कोण? -तर मालती आणि मीच! दोघंच. राजाराणी! -युवराज वगैरे कुछ नाही! -लग्न होऊन आता पंधरा-सोळा वर्षं होतील. नो इश्यू! तेव्हा जो काय पाजीपणा दाखवायचा, तो मालतीलाच! -तरी मी तिच्यावर जीव टाकून प्रेम करतो. करायलाच हवं. काही उपकार नाही करत. एकुलती आहे! पस्तिशी उलटली तरी अजून तिच्या खुबसूरतीला कुठं धक्का लागलेला नाही की, सौंदर्याला चाळिशीचा डाग लागलेला नाही. अर्थात मी तशीच तिला ठेवली आहे. कौतुकाच्या बाबतीत कौतुक आणि जिथं पाजीपणा हवा तिथं पाजीपणाच. तुम्हाला खोटं वाटेल, पण मी असा पाजी आहे, म्हणून संसारात तग धरून आहे. हे केवळ मलाच माहीत आहे असं नाही, मालतीपण हे ओळखून आहे. केव्हा केव्हा राहवलं नाही म्हणजे ती मला म्हणते,

"तुम्ही अगदी पाजी आहात..!"

–मी यावर काय करतो?

–नुसता हसतो.

ती 'पाजी' का म्हणते, हे तिला माहीत आहे. मी का हसतो, हे मला माहीत आहे.

माझ्या या ठेवणीतल्या हास्यानं मला तारून नेलंय. इतकी वर्षं संसार केला तो काय उगीच? छोटे छोटे पाजीपणा करत करत आलो, वर असाच हसत राहिलो म्हणून झालं हे सगळं! लहान लहान पाजीपणा करत आलो म्हणून परवाच्या प्रसंगातून निभावलो, मी आणि मालतीसुद्धा! तुम्ही सभ्य आहात म्हणून गडबडला असतात... तुम्हीच सांगा, तुमच्या बायकोवर आणखीन एक माणूस प्रेम करतोय, हे तुम्हाला समजलं तर तुम्ही काय कराल? तुम्ही बायकोशी भांडाल, कदाचित मारालही, त्या माणसाचा परस्पर काटा काढाल; पण हे बरोबर नाही. हे झाले सभ्य लोकांचे मार्ग. आपला मामला निराळा. मी यातून केवळ पाजीपणाच्या जोरावर बचावलो.

मी काय करावं?

एके दिवशी कामावरून परत घरी येताना सरळ मधुकरच्या घरी जाऊन त्याच्यासमोर उभा राहिलो. मला पाहून तो जबरदस्त हादरला. कोरड्या पडणाऱ्या ओठांवरून वारंवार जीभ फिरवीत तो माझ्याकडे पाहतच राहिला. त्याची अशी अवस्था होणं साहजिकच होतं. त्याचं वय ते असं किती असावं? जेमतेम एकोणीस-वीस! हो, म्हणजे मालतीपेक्षा तो चांगला दहा-पंधरा वर्षांनी लहान होता. त्याच्यासमोर मी असा अकल्पितपणे उभा राहिलो, तेव्हा तो टरकला. चेहऱ्यावर भीतीचे भाव दर्शवू नयेत, हेही त्याला सुचलं नाही. आईवडिलांकडे तक्रार केली तर त्यांना भिण्याचं त्याचं वय ओसरलेलं नव्हतं, पण मी कशाला तक्रार करीन?

मग माझा पाजीपणा तो काय?..

एखाद्या बरोबरच्या मित्राला सांगावं तसा मी म्हणालो,

"एक निरोप द्यायचा होता म्हणून आलो."

माझ्या बोलण्यातली सहजता पाहून तो जरा हलका झाला. त्यानं मला बसायला सांगितलं व तोही माझ्यासमोर नीट बसला.

"घरात कोणी नाही वाटतं?"

"एवढ्यातच सगळी बाहेर गेली."

मी खूश झालो. मला योग्य ती वेळ सापडली होती.

(हवी ती संधी न मिळायला मी काय तुमच्यासारखा सभ्य आहे?)

मी बहुतेक मालतीचाच काहीतरी निरोप आणला असेल, या कल्पनेनं तो माझ्याकडे पाहत होता. मीही त्याच्याकडे व्यवस्थित पाहत होतो. त्याच्या लक्षात येणार नाही, अशा बेतानं त्याची प्रत्येक हालचाल टिपत होतो. मालतीला हा प्राणी का आवडला असावा, याचा अंदाज घेत होतो.

नि:स्तब्धतेत जाणारं प्रत्येक मिनिट मधुकरची अस्वस्थता वाढवीत होतं, तर माझ्या विचारांची जुळणी पक्की करत होतं.

–अधीर होऊन तो शांततेचा भंग करणार, एवढ्यात मी म्हणालो,

''उद्या तुम्ही आमच्याकडे जेवायला येणार आहात ना?''
माझ्या या प्रश्नासरशी मधुकरच्या डोक्यात विचारांचा डोंब उसळला असणार. मालतीचा व त्याचा हा बेत गुपचूप ठरला होता, असं त्यांना वाटत होतं, पण मला तो समजला होता. मालतीला त्याची ओळख मी दिली नव्हती. त्यामुळे मी उद्या लवकर जाऊन फार उशिरा परतणार, असंच ती अद्यापि समजत होती, पण पंचाईत पडली होती ती आत्ता मधुकरला. जेवणाच्या कार्यक्रमाचा बेत मालतीनं मला विश्वासात घेऊन सांगितला की काय, याचा त्याला अंदाज येत नव्हता. कारण 'निरोप द्यायचा होता' हेही मी मोघमच बोललो होतो, पण तो निरोप कुणाचा हे सांगितलं नव्हतं आणि म्हणूनच मधुकरला त्याची भूमिका ठरवणं जड जात होतं. ती त्याच्याकडे पाहिल्यावर तो कृत्रिमपणे हसत म्हणाला,
''मालतीबाई म्हणत होत्या जेवणाबद्दल..''
–अरे चोरा, दोघांनी मिळून 'मेनू'सुद्धा ठरवलात आणि आता एवढी निरिच्छता दाखवतोस काय? - मी म्हणालो,
''तेच तेच. त्याबद्दलच निरोप होता. हा जेवणाचा कार्यक्रम उद्याऐवजी परवा करा, हे सांगायला आलो होतो.''
इथं तो चमकला! -मालतीचा निरोप नव्हता, एवढं त्याला जाणवलं. तो परत कोकरासारखा दिसायला लागला. तिकडे लक्ष न देता मी पुढं म्हणालो,
''म्हणजे त्याचं काय आहे, उद्या मी घरी लवकर येणार आहे, तेव्हा तुम्हाला मोकळेपणा वाटला नसता, म्हणून मुद्दाम सांगायला आलो. ''
–इथं तो सगळं उमगला! त्याच्या केवळ ओठांनाच नव्हे, तर घशालाही कोरड पडली असावी. माणूस पांढराफटक पडतो म्हणजे नक्की कसा होतो, हे मला समजलं. माझ्या विधानाचा इन्कार त्याला सुचू नये एवढा मी वयानं जास्त होतो मधुकरपेक्षा! त्याची किती बिकट अवस्था मी करून सोडली, याची मला मोठी मौज वाटत होती. तो आता काही काळ काहीच बोलू शकणार नव्हता; तोपर्यंत आणखी वेढे घ्यायचे म्हणून मी म्हणालो,
''उद्याचा बेत परवावर ढकलल्याचं मी तुम्हाला सांगितलंय, हे मात्र मी तिला सांगणार नाही. सगळा स्वयंपाक करून तिला तुमची वाट पाहू दे. इंतजारमें मजा होती है! - मी अचानक लवकर गेलो की, मग ती देवाची प्रार्थना करीत बसेल की, आता मधुकर यायला नकोत म्हणून! - वरकरणी ती माझ्याशी नीट बोलेल, पण मनातून गडबडलेली राहील. आय वुईल एन्जॉय दॅट आणि परवा जेव्हा तुम्ही याल, तेव्हा घरात असेल ते तुम्हाला खावं लागेल आणि मालती मात्र तुम्हाला, मी कसा अचानक परतलो, तुम्ही आला नाहीत ते कसं बरं झालं, वगैरे ऐकवील-'' माझा बेत मी मधुकरला सविस्तरपणे समजावला.

त्याचा चेहरा आता गोरामोरा झाला. माझ्या या विचित्र भूमिकेमुळे मला जास्त खटाटोप न पडता, मी त्या दोघांना किती जास्तीतजास्त मानसिक ताण सहन करायला लावणार आहे, याचा मधुकरला उलगडा झाला. पण यातून आता सुटका नव्हती. आपण काय करावं, हा चॉइसच त्याला राहिला नव्हता. तो बावरलेला आणि मी सावरलेला!

मी मग आणखीन मित्रत्वाच्या, सलगीच्या स्वरात म्हणालो,

''मिस्टर... नव्हे, मास्टर मधुकरराव, असे गोंधळून जाऊ नका. विनाकारण मला भिऊही नका. तुमचं माझ्या बायकोवर प्रेम बसलंय. आपल्यापेक्षा वयानं जास्त असलेल्या बाईवर आपण प्रेम का करावं, त्या बाईनंदेखील त्या प्रेमाला प्रतिसाद का द्यावा, वगैरे प्रश्नांना उत्तरं नसतानाच तशी परिस्थिती निर्माण होते. तो नियतीचा खेळ असतो आणि त्यात सापडलेल्या लोकांना त्यांचा स्वीकार करावा लागतो. त्यावर विचार करण्यात अर्थ नसतो. तेव्हा असा चेहरा टाकून बसू नका. आय ॲम हिअर टू हेल्प यू–''

–मधुकर चमकला आणि आणखीन दीनवाणा झाला. त्याच्यावर आणखीन एक-दोन वार करायची हीच वेळ होती. मागे केव्हातरी एकदा मी 'फ्रीस्टाईल' कुस्त्या पाहायला गेलो होतो. प्रतिस्पर्ध्याला चपराक मारल्यावर तो नीट सावरून तयार व्हायच्या आतच त्याला दुसरी चपराक बसायची. तेच तत्त्व यशस्वी होतं. मी मग शांतपणे बोलायला सुरुवात केली... मालतीचं कौतुक करायला लागलो, तिला काय आवडतं याची जंत्री दिली. तिच्याशी बोलताना ढब कशी हवी, हावभाव कसे असावेत, शब्दयोजना कशी हवी, स्वर कसा, एकूणएक तपशील मधुकरला पुरवला. मालतीला आवडणाऱ्या काही शायरीच्या ओळीही तिथंच पडलेल्या कागदावर उतरवून दिल्या. भेटीदाखल द्यायच्या वस्तूंची क्रमवार यादी दिली. थोडक्यात म्हणजे सोळा-सतरा वर्षांपूर्वी मालतीचं प्रेम जिंकण्यासाठी मी स्वत: जेवढ्या गोष्टी केल्या होत्या, त्या सगळ्याच्या सगळ्या सांगितल्या. रेसकोर्सवर हयात घालविलेल्या एखाद्या माहीतगारानं टिप्स काय द्याव्यात?-

–आणि मला जेवढं त्याला जबरदस्तीनं ऐकवायचं होतं, तेवढं ऐकवल्यावर मधुकरला तशाच भांबावलेल्या अवस्थेत सोडून मी झटपट तिथून बाहेर पडलो. दुसऱ्या दिवशी मी खरोखरच घरी लवकर परतलो. मालतीचा 'मेनू' अगदी रंगात आला होता. मी अचानक घरी परतल्यावर तिच्या मनाचा गोंधळ उडाला. आता दिवसभर असंच होणार. तिला मनमोकळी कोणतीच हालचाल करता येणार नाही. तिचं जेवण करण्यात लक्ष राहणार नाही, जेवणात राहणार नाही; देवाची पूजा करताना ती आज निराळीच प्रार्थना करणार, पण त्या प्रार्थनेतही तिचं लक्ष नसणार आणि असं कशातच लक्ष नसताना तिला माझ्याशी मनापासून बोलण्याचालण्याचं

नाटक करावं लागणार. तिच्या नाटकानं मी फसतोय ही तिची भावना आणि मी तर सर्व जाणून! —
एवढी शिक्षा तिला - वस्तुत: कमी - पण हवीच.
मधुकरसाठी केलेल्या 'मेनू'वर मी ताव मारला. मालती म्हणत होती. ''तुमच्यासाठी करत होते, पण तुम्हाला हे सगळं रात्री मिळणार, असं मनाशी म्हणत होते, पण तुम्ही अचानक आलात; देवच पावला.''
—त्यावर मी मनात म्हणालो, 'कधीकधी भलताच देव प्रसन्न होतो.'
अख्खा दिवस मी मजेत घालवला. मालतीचा दिवस मात्र संपता संपत नव्हता. मला आणखीन एका गोष्टीचा आनंद झाला होता, तो म्हणजे आज न येऊन मधुकरनं माझं ऐकलं होतं. त्याचाच अर्थ तो आज न येता उद्या नक्की येणार होता.
खरोखर मधू दुसऱ्या दिवशी मला रस्त्यावर दिसला. मी त्याला दिसणं शक्यच नव्हतं. 'कामावर जातो' असं सांगून घराभोवतीच एक फेरी टाकून, आदल्या दिवशी निश्चित केलेल्या एका जागी येऊन मी उभा राहिलो. इथून मला सर्व काही अगदी व्यवस्थित समजणार होतं; परत मी कुणाला न दिसता.
मी सांगितलेल्या सूचनेबरहुकूम -सांगितला तसा पोशाख, इतकंच काय, पण भेटीदाखल आणलेली वस्तूही माझ्याच सूचनेप्रमाणे होती, ते मला रॅपरवरून सहज समजलं -असा, तो दिलेल्या वेळेत घरी हजर झाला. म्हणजे मधुकर माझ्यापेक्षा पाजी निघाला होता तर!—
—माझा परवाचा एक डाव त्यानं उधळला होता!
—एखाद्या अतिशय गंभीर समस्येसमोर हजर होऊन ती समस्या सोडवायची किंवा ती समस्या क:पदार्थ मानून, विनोदी करायची व त्यातली हवाच काढून टाकायची, ही माझी वृत्ती!—
मधुकर घाबरून केवळ नाद सोडेल हा माझा अंदाज त्यानं धाब्यावर बसवला?— मुझसे भी जादा?- मानता हूं.

पण नाही. माझ्या घरात मधुकर गेला आणि जेमतेम, हो -दहाच मिनिटांनी बाहेर पडला. पराभूत चेहऱ्यानं!- भेटीदाखल नेलेली वस्तू तशीच त्याच्या हातात होती. अस्मादिक जिंकले होते.
मग मी भराभरा पुढे झालो. सरळ मधुकरला आडवा गेलो. उजवा हात समोर करीत मी त्याला प्रत्यक्ष थांबवलं.
तो त्याच्याच तंद्रीत होता—
निराश नजरेनं त्यानं माझ्याकडे पाहिलं आणि तशाही मन:स्थितीत तो चमकला.
''तुम्ही...?''

''हो, पण घराजवळ दिसलो म्हणून घरी नाही चाललो... प्रॉमिस इज प्रॉमिस -परवा तुम्हाला शब्द दिला तो दिला.''

''त्याचा काही उपयोग नाही.''

एखाद्या जवळच्या मित्राजवळ बोलावं तसा जिव्हाळ्यानं, जखमी होऊन तो म्हणाला. पोटातून आलेली आनंदाची कळ मी दाबली व विचारलं,

''का बुवा? - परवा सांगताना मी काही विसरलो नव्हतो–''

''नाही हो, तुमचा दोष नाही. यू हेल्पड मी सिन्सिअरली.''

–काय गंमत होती! पाच-दहा मिनिटांच्या अवधीत त्याचा मालतीवरचा विश्वास उडाला होता आणि माझ्यावर बसला होता–

''असं काय झालं पण?'' -मी निष्पापपणे विचारलं.

''तेच सांगता आलं असतं तर मला बरं वाटलं असतं... तसं काही एक न घडता, पहिल्यापासून बिथरल्यासारखा मामला वाटला–'' मधुकर पिळवटून म्हणाला.

–काय बिथरलं होतं हे बेट्या, तुला कसं कळणार? -प्रकरण थोडक्यातच निकालात निघालं होतं. मला आता यापुढचे फासे टाकण्याची गरज नव्हती. मी म्हणालो, ''हे पाहा मधुकरराव, तुमच्यासारखा अननुभवी मुलगा, प्रौढ विवाहित स्त्रीवर प्रेम का करतो, ती स्त्री त्याच्या प्रेमाला साथ का देते- या प्रश्नांना उत्तरंच नसतात, असं मी परवा म्हणालो होतो. तशी परिस्थिती निर्माण होते आणि आपल्याला त्यांचा स्वीकार करावा लागतो. त्याप्रमाणेच ते तसलं प्रेम एकाएकी का फिसकटतं, या प्रश्नालाही उत्तर नसतं...''

–मला आणखीन बरंच काही ऐकवायचं होतं, पण मधुकर पडलेल्या चेहऱ्यानं निघून गेला.

आता मी घरी जाईन. दारावर टक् टक् आवाज करीन. मालती दार उघडेल. मला पाहून ती माझ्याकडे बघत राहील व मला म्हणेल,

''तुम्ही अगदी पाजी आहात.''

–यावर मी नुसता हसेन.

इथंच हे प्रकरण संपेल. त्यावर पुन्हा विषय निघायचा नाही. एकमेकांना हिणवण्याचा प्रकार व्हायचा नाही की, कडवटपणाही निर्माण व्हायचा नाही. तिनं मला एकदा पाजी म्हटलं की, कोणत्याही वादाचा, भांडणाचा शेवट!

–तुमच्या नसेल लक्षात आलं पण अजून..! यात मी पाजीपणा काय केला, याचाच विचार तुम्ही करत असाल!

सांगतो. तुम्हाला पटणार नाही, पण संसारातल्या गंभीर घटनेकडेही तुम्ही डोळे मिचकावून पाहायला शिकलात की, तुम्हाला हे साधेल, पटेल! गंभीर आपत्तीही एक तऱ्हेची झिंग आणते. आपण डोळे मिचकावण्याची तयारी ठेवली की, ही

झिंगपण बरी वाटते.

बायकोनं 'पाजी' म्हटलं तरी मग हसू येतं!

–वयात आलेला पुरुष वयस्कर बाईवर प्रेम करतो, याबद्दल फ्राईड का कोण होता तो काहीतरी सांगतो. आपल्याला ते माहीत नाही, पण मालतीला मधुकर का आवडला, ते मी सांगू शकतो.

साहजिक आहे हो!–

आता आमच्या लग्नालाच किती वर्षं झाली? पंधरा-सोळा तरी झालीच! -पण अजून नो इश्यू!... पंधरा-सोळा वर्षं सतत तेच आयुष्य!... मी घरी यायचं. काहीतरी जोक करायचा. तिनं हसायचं.

काही निराळेपण नाहीच.

एवढ्या वर्षांनी आणखीन एक पुरुष आयुष्यात आला, प्रेम करू लागला, हे केवढं 'थ्रिल' होतं!

बरं, 'थ्रिल'... 'थ्रिल' म्हणजे तरी काय?

तर निराळेपण!

–आणि नेमक्या 'निराळेपणाच्या' या भावनेवरच मी कुऱ्हाड चालवली. एवढ्या वर्षांनी भेटलेला पुरुषपण तसंच बोलतो, तसल्याच गोष्टी करतो; फार काय, भेटीदाखल आणलेल्या वस्तूही त्याच आणतो– याचा अर्थ काय?... मग नावीन्य राहिलं कुठे?–

–नावीन्य नावाची वस्तूच अस्तित्वात राहिली नाही, तर राहिलं काय?

राहिलो आम्ही!

म्हणूनच ती मला 'पाजी' म्हणेल, आता दार उघडल्यावर...

–आणि मी नुसता हसेन!

मोले घातले बोलाया

कानडे आणि रानडे हे दोघे सख्खे भाऊ आहेत. आता या विधानावर तुम्ही मला मूर्खात काढणार. आडनावावरून काहीतरी देशस्थ-कोकणस्थ असला हिशेब करून तुम्ही मला गाढवात काढणार. पण तरीही वस्तुस्थितीत फरक पडणार नाही, हे एक आणि दुसरं म्हणजे मला जाता जाता मूर्ख ठरवता येईल, अशी संधी मी तुम्हाला देणार नाही. उघड उघड लेखी, रानडे व कानडे हे सख्खे भाऊ आहेत असं मी म्हणतोय, तेव्हा त्यात एक फार मोठी (किंवा बारीकशी) मख्खी आहे! आणि तीच सांगायची आहे!

कानडे म्हणजे- 'काशिनाथ नरहर डेग्वेकर.'

आणि

रानडे म्हणजे– 'रामचंद्र नरहर डेग्वेकर.'

हे डेग्वेकर बंधू!– पण तरीही 'जनता' यांना डेग्वेकरबंधू म्हणून ओळखायला तयार नाही. कानडे व रानडे याच नावांनी जनता या बंधूंना ओळखते!

पण आपली जी मख्खी आहे, तिच्यासाठी आपल्याला फक्त रानडे हवाय.

कानडेला आपण तूर्त सोडून देऊ. कानडेची व तुमची पुढंमागं ओळख होईलच आणि जरी नाही झाली, तरी फारशी फिकीर नाही; कारण कानडे हा तसा निरुपद्रवी प्राणी आहे.

इरसाल आहे तो रानडे उर्फ रामचंद्र नरहर डेग्वेकर. याच्यापासून तुम्हाला (आणि मलाही) सावध राहायला हवं.

हा चोर आहे का? -नाही. व्यसनी आहे का? -नाही. मवाली आहे का? -मुळीच नाही. यातला हा कोणी नाही.

तसा तो सभ्य आहे आणि तरीही त्याच्यापासून सावध राहायला हवं. वास्तविक तो आपल्याला जाणीव व्हावी असा उपद्रव देत नाही. आपल्याकडे वेळीअवेळी तो पैसेही उसने मागून छळणार नाही. मग हा सावधतेचा इशारा का?

त्याच्यासाठी रानडे ही व्यक्ती समजायला हवी.

एखादी व्यक्ती समजून घ्यायची म्हणजे तिच्याशी परिचय वाढवणं आलं. म्हणजे सहवास आला, गप्पागोष्टी आल्या आणि रानडेशी गप्पागोष्टी करणं म्हणजेच स्वत: चकणं!

या रानडेजवळ खूप कथा आहेत. त्यानं ऐकलेल्या, स्वत: प्रत्यक्ष केलेल्या त्याच्या स्वत:च्या कथा, आख्यायिका- एवढ्या आहेत की विचारायची सोय नाही. त्या कहाण्या तशा फार विलक्षण आहेत अशातला भाग नाही, पण त्या ऐकल्यावर आपल्याला वाटून जातं की, हे प्रसंग एवढे 'मामुली' आहेत की, ते कुणाच्याही आयुष्यात घडावेत. आपण होऊन तसे प्रसंग आले नाहीत, तर आपल्याला तसे घडवून आणायला हरकत नाही की, काही अडचण नाही.

तो बसमधला किस्साच ऐका ना आता-

तुम्ही आम्ही सगळेच बसनं प्रवास करतो. कधी कोणीतरी बरोबर असतं, कधी आपण एकटेच असतो. कधी एकटे असताना बसमध्ये ओळख होते कुणाशी तरी. वेळ चटकन निघून जातो, तर कधी याउलट वेळ जाता जात नाही, प्रवास संपता संपत नाही. वरच्या डेकवर माणसंही केव्हा केव्हा मोजकी असतात. ती एवढी खत्रूड वाटतात की, त्यांच्यापैकी कुणाशी ओळख काढावीशी वाटत नाही.

ही अवस्था फार वाईट!

वास्तविक प्रवास असतो केवळ पंचवीस-तीस मिनिटांचा! पण वेळही नकोसा होतो.

–एखादी रंगीत सोबत बरोबर असावीसं वाटू लागतं!

रानडेचं त्या दिवशी असंच झालं.

बस मंद, म्हणजे अतिमंद वेगानं चालली होती. ड्रायव्हर लोकांची ड्युटी संपायला थोडा वेळ उरला असला, म्हणजे ते असला 'गो स्लो'चा चावटपणा जाणूनबुजून करतात. रानडे वरच्या डेकवर बसला होता. भोवतालची माणसं भलतीच गद्य होती. रानडेच्या शेजारची जागा रिकामी होती. रानडे काहीसा वैतागला होता. त्याला थोडा चार्म हवा होता. 'थ्रिल' हवं होतं. आता या असल्या गोष्टी धाडसाशिवाय प्राप्त होत नाहीत. काहीतरी अचाट, पण सभ्य प्रयोग करायचा, हे रानडेनं ठरवलं. डोक्यात विचार यायला आणि एका स्टॉपवर गचके देत बस थांबायला एकच गाठ पडली. रानडेनं सहज खाली बसमध्ये चढणारी रांगेतली माणसं पाहिली. त्यातल्या एका रंगीबेरंगी पाखराकडे रानडेचं तत्काळ लक्ष गेलं. 'शेजारून गेली असता जी बाई मागे वळून पाहायला भाग पाडते, ती सुंदर स्त्री' - ही सौंदर्याची कोणीतरी केलेली व्याख्या रानडेला आठवली व ती इथं लागू पडते, याची ग्वाहीही त्याच्या मनाने त्याला दिली.

रानडेनं तो क्षण टिपला. ती व्यक्ती टिपली आणि चक्क तिची व त्याची अनेक

वर्षांची ओळख असावी अशा थाटात त्यानं 'शुक्शुक्' केलं. त्या स्त्रीनं बसमध्ये चढता चढता जेव्हा वर पाहिलं, तेव्हा रानडे पटकन म्हणाला, "वरती या. जागा आहे."

ती स्त्री वरच्या डेकवर आली, पण ती कमालीची गोंधळलेली होती. एका सभ्य, सुशिक्षित गृहस्थानं आपल्याला ओळखलं, हाक मारली; पण आपण मात्र त्याला ओळखू शकलो नाही, असा अपराधीपणाचा भाव तिच्या चेहऱ्यावर दिसत होता. एखादा मवाली नुसतं एकवेळ 'शुक्शुक्' करील, पण लोकांसमोर चक्क 'वरती या' म्हणणार नाही. या प्राण्याचे कपडे व्यवस्थित आहेत, चेहरा आकर्षक आहे, तो चांगला शिकलेला दिसतोय, तेव्हा त्यानं आपली टवाळी नक्की केली नाही; तो आपल्याला ओळखतोय... आपणच त्याची ओळख विसरलो आहोत.

अशा तऱ्हेच्या विचारात ती अनामिका वरती आली. ती वर आलेली पाहताच रानडे संभावितासारखा, तत्परतेनं उठला व त्यानं तिला खिडकीची जागा दिली. त्यानंतर व्यवस्थित तिच्या शेजारी बसत तो म्हणाला,

"अकल्पितपणे गाठ पडली..!"

अजून ती बाई त्याच संभ्रमावस्थेत होती. तिचे भाव निरखून पाहत रानडे मोठ्यांदा हसत म्हणाला,

"तुम्ही ओळखलं नाहीत ना? वाटलंच मला. नेव्हर माईंड... नेव्हर माईंड–"

–तरीही ती गोंधळलेलीच!

"परवा पुण्याला जोश्यांच्या लग्नाला तुम्ही नक्की येणार ही अपेक्षा होती." -रानडे म्हणाला. लग्नसराईत असंख्य लग्न होतात. त्यात जोशी आडनावाचीच निम्मी लग्नं असतात. तेव्हा नुसतं जोश्यांचं लग्न या मोघम उल्लेखावर पाचदहा मिनिटं घोळ घालीत बोलता येईल, हा रानडेचा सरळसरळ हिशेब होता. साधारणपणे पुढच्या बाकावरच्या माणसांना मागच्या माणसांचं बोलणं ऐकायला येतंच, तेव्हा आपण वाह्यातपणा केला नाही, हे सिद्ध करणंही रानडेला कठीण नव्हतं. शेवटी, 'रानडे' या व्यक्तीला आपण कुठं पाहिलं, त्याची व आपली ओळख केव्हा झाली, हे आठवत बसण्याचा खटाटोप सोडून देऊन त्या बाईनं रानडेकडे व्यवस्थित पाहिलं. आता माघार घेण्यात अर्थ नाही, हे रानडेनं ओळखलं. त्यानं मग तोच प्रश्न विचारला. त्यावर ती बाई पटकन म्हणाली,

"येणार होते. पण ऐनवेळी पपांना ताप आला, काढलेली तिकिटंही परत करावी लागली."

"आम्ही तेच म्हणालो. म्हटलं, तशीच काही अडचण आली असणार आणि तुमचा बेत रहित झाला असणार." रानडे मोकळेपणी म्हणाला.

"वाट पाहिलीत का?"

“तर, चांगलीच..! अगदी अक्षता पडेपर्यंत, पहिली पंगत बसेपर्यंत प्रत्येकाच्या दरवाजापर्यंत खेपा चालल्या होत्या. तुम्ही उशिरा का होईना, पण येणारच असं जो तो म्हणत होता.”
“योग नव्हता. बरं, पण लग्न कसं काय झालं?”
“ए वन. मोजून सहा हजार हुंडा घेतल्यावर लग्न थाटात न व्हायला काय झालं?”
“काय? हुंडा घेतला जोश्यांनी?”
“अगदी नगद -मोजून सहा हजार. आता बोला.”
“काय बोलणार? नवल आहे. अप्पांची मतं एरवी..”
“अहो, त्यांची मतं अजूनही तीच असतील. त्याला कुठं बाध येतो? वेळ आल्यावर कोण सोडतो पैसा? अशी राजरोस संधी पुन्हा थोडीच येते?”
–रानडे मनात हसत होता. जोशी कोण ते माहीत नव्हतं. जिच्याबरोबर आता संभाषण रंगलं होतं, ती कोण हे माहीत नाही; पण कुठं काही अडत नव्हतं. लग्नाचा विषय आणि सर्वत्र पसरलेली जोशी आडनावाची माणसं यामुळे रानडेंचा वेळ त्या अनोळखी अनामिकेबरोबर चांगला चालला होता.
–मधे थोडा वेळ गेला. मग रानडेनं विचारलं,
“कशी काय आता पपांची प्रकृती?”
“चांगली आहे, तसा त्यांना फार ताप नव्हता आलेला, पण त्यांचा स्वभाव भारी हळवा आणि भित्रा आहे. जरा एवढंसं काही झालं की, घरातली सगळी माणसं त्यांना जवळ हवी असतात.”
–पुन्हा दोघं गप्प झाली. गप्पांना सुरुवात करणं सोपं होतं, पण त्या आता चालू ठेवणं आणि त्याहीपेक्षा गप्पांचा समारोप करणं आणखीन कठीण होतं. यातून सुटका कशी करून घ्यावी, हा आता रानडेला प्रश्न पडला. शेवटी सरळपणे आपला वाह्यातपणा कबूल करून टाकायचा, हा निर्णय रानडेनं घेतला. तेवढ्यात तिनं विचारलं,
“तुमची मंदा काय म्हणतेय?”
–अजून त्या अनामिकेला आपली व रानडेची ओळख कुठं झाली, याचा पत्ता लागलेला नव्हता. तीही अद्यापि आडून, आडून, अनुमानधपक्यानं बोलत होती. मंदाची चौकशी तिनं अंदाजानं केली होती आणि एवढ्या सहजतेनं की, रानडेदेखील काही वेळ गांगरला. पण साधारणत: मंदा नावाच्या मुली नावाप्रमाणेच मंद आणि सतत आजारी असतात, असा विचार करून रानडे म्हणाला,
“तिचीही काही ना काही प्रकृतीची तक्रार चालू आहेच.”
त्यावर पटकन ती म्हणाली,
“मंदाला म्हणावं, एकदा टॉन्सिल्सचं ऑपरेशन करून घेतल्याशिवाय तुला बरं

वाटायचं नाही. टॉन्सिल्सचं तिचं दुखणं जुनं आहे. टॉन्सिल्सनं काहीही होण्याची शक्यता असते.''

''तिला भीती वाटते. या वयात ऑपरेशन करून घेण्याची धास्ती वाटते. लहानपणी त्रास कमी होतो.''

''हो, पण त्याला आता काय करणार? टॉन्सिल्स तशाच ठेवल्या तर नंतर फार कॉम्प्लिकेशन्स होतात. डॉ. कर्णिकांना दाखवा. ते स्पेशॅलिस्ट आहेत. परवा आमच्या गोपूनं त्यांच्याकडून ऑपरेशन करून घेतलं.''

''ऑपरेशन हे करायचंच आहे. पण मंदाची समजूत पटत नाही. त्यात लोक काही ना काही गोष्टी सांगत बसतात. परवा म्हणे, असंच एका मोठ्या बाईचं टॉन्सिल्सचं ऑपरेशन करीत होते. चुकून श्वासनलिकेला धक्का लागला आणि बाई तिथल्या तिथे गेली. आता असं घडलं असेल, नाही असं नाही. पण मंदानं तेवढंच डोक्यात घेतलंय. ऑपरेशनचा विषय निघाला की ती म्हणते, 'माझं असं काही झालं म्हणजे?..'''

''छान, प्रॉब्लेमच आहे म्हणायचा-'' ती म्हणाली.

''हो ना! तुम्ही आता भेटलात की, घाला मंदाची समजूत-'' रानडे मनोकळेपणी म्हणाला.

परत दोघंजण गप्प बसली. संशय येणार नाही, अशा तऱ्हेनं मोघम, पण घरगुती गप्पा मारून झाल्या होत्या. आता कोणता विषय निवडावा, या विचारात असताना परत तिनं विचारलं,

''आता एवढ्या दुपारचे कुणीकडे?''

''आपल्या कुलकर्णी मास्तरांकडे जातोय. त्यांचा मुलगा मॅट्रिकला होता. रिझल्ट लागला. पाहायचं, पास झालाय का!'' रानडे म्हणाला.

मॅट्रिकच्या परीक्षेत जोशी आणि कुलकर्णी या नावांचा तोटा नाही. तेव्हा कुठले तरी कुलकर्णी ओळखीचे निघणारच आणि तसंच झालं. ती म्हणाली,

''इश्श! पास न व्हायला काय झालं? घरची सगळी हुशार, कडक शिस्तीची. तो सहज पास होईल.''

''हो, पण आजारी होता ना?.. म्हणून काळजी.''

''आजारी होता? मास्तर परवा भेटले, तेव्हा बोलले नाहीत.''

''मास्तर कधी कुणाला घरातलं सांगायचे नाहीत. त्यांचा स्वभावच नाही तो.'' रानडे म्हणाला.

''हे बाकी बरोबर! अहो, त्यांना नातू झाला, तेही त्यांनी मला मागं सांगितलं नाही..'' तिनं भर घातली.

मधे थोडा वेळ गेला आणि मग ती उठली.

''बराय, उतरते इथं.''

—रानडेनं तिला जागा करून दिली. जाता जाता ती थांबली आणि म्हणाली, "थँक्स फॉर द कंपनी. आपल्या दोघांची मुळीच ओळख नसूनही आपला वेळ चांगला गेला. मला कोणीतरी बोलायला हवं असतं. तुम्हालाही गप्पांचं वेड दिसतंय. अच्छा... आपली ओळख नाही, पण त्यावाचून काही अडलं नाही... तुमची 'ट्रिक' मी ओळखली. ते काही मनाला लावून घेऊ नका. बरं पण, तुमचं नाव..?"
"रामचंद्र नरहर डेग्वेकर." - रानडेनं यंत्रवत नाव सांगितलं.
"अच्छा, डेग्वेकर.." एवढं बोलून ती निघून गेली.

रानडेनं हा सगळा किस्सा मला ऐकवला; तो मी आता तुम्हाला सांगितला. तरी तुम्ही विचाराल की, रानडे हा धोकेबाज कसा? सांगतो.
रानडेनं ऐकवलेला हा किस्सा माझ्या लक्षात राहिला.
त्यानंतर काही महिन्यांनी मी असाच बसनं चाललो होतो. बस हळू चालली होती. वरचा डेक बहुतेक रिकामा होता. प्रवासाला मी कंटाळलो होतो. धाडसाचे बेत माझ्याही मनात आकार घेऊ लागले. रानडेसारखंच आपणही मोघम बोलायचं, हे मी ठरवलं आणि चक्क बसस्टॉपवरच्या मुलीला हाक मारून वर बोलावलं.
ती आली!
आणि मग डेग्वेकरसारखाच मी पहिला प्रश्न टाकला-
"परवा जोश्यांच्या लग्नाला पुण्याला आला नाहीत तुम्ही?"
-माझ्या त्या प्रश्नावर त्या बाईनं माझ्याकडे पाहिलं आणि काहीएक न बोलता तिनं बाहेर पाहायला सुरुवात केली. तिचं उतरण्याचं ठिकाण येईतो तिनं आत पाहिलंच नाही. शेवटी उतरताना ती म्हणाली,
"ओळख काढण्यासाठी जरा निराळी 'ट्रिक' शोधा. ओरिजिनॅलिटी हवी, म्हणजे ओळख नसताना गप्पा मारायला मजा येते. मागं डेग्वेकर नावाच्या ओळख नसलेल्या माणसाशी मी खूप बोलले होते. केवळ त्याच्या कल्पकतेवर खूश होऊन. अच्छा, एक गोष्ट एकदाच साधते!"
म्हणून म्हणालो की, कानडे व रानडे यातील रानडे महत्त्वाचा! -तो तुम्हाला असे काही किस्से ऐकवील की, तसले प्रयोग तुम्हाला स्वत:ला करून पाहावेसे वाटतील आणि 'जेणो काम तेणे ठाय' हे तुम्हाला माहीत नसल्यानं तुम्ही मात्र सपशेल फसाल..!
रानडे सरळ माणूस आहे. तरीही रानडेपासूनच सावध!

■

पराभव

आज रविवार!

जेमतेम माझ्या गाद्या काढून होतात न होतात, तोच त्यांचे एक-एक मित्र जमा होतील, हा हा म्हणता अड्डा जमेल!

–मात्र पत्त्यांचा नाही हं! हो. नाहीतर तुमचा चक्क गैरसमज व्हायचा. तसे 'हे' चांगले आहेत. काडीचंही व्यसन नाही. पत्ते तर त्यांना डोळ्यांसमोरही नको असतात. कसलाही नाद नाही. शोक आहे फक्त मित्रांचा! खूप लोकांनी घरी यावं, खावं-प्यावं, दिलखुलास गप्पा माराव्यात आणि एकुलत्या कॅलेंडरवरच्या तांबड्या तारखेचं सार्थक करावं!

'सुट्टी' हा प्रकारच मुळी एकटा. त्याला कळप करून राहायला आवडत नाही. म्हणून तर त्याला 'सुट्टी' म्हणतात. जी बहुधा 'सुटी' असते ती 'सुट्टी'.

–रविवार म्हटलं की, मीदेखील अनेक बेत करते, पण ते सगळे बेटे जन्मल्याबरोबरच मरतात!- कारण सांगितलं ना मघाशी?... जरा कुठं गाद्या काढून होतात न होतात, तोच यांच्या अड्ड्यातली एकेक असामी उगवायला लागते. कित्येकदा यांची मग दाढी राहते– अंघोळही राहते.

मित्रांचा अड्डा चांगला दुपारचे बारा-एक वाजेपर्यंत रंगतो. काही ना काही चमचमीत बनवावं लागतं. माधवभावोजी तर येताक्षणी केव्हा केव्हा फर्मावतात, "वहिनी, बनवा काहीतरी."

मग काहीतरी बनवावंच लागतं. कंटाळा करून चालत नाही. केव्हा केव्हा कंटाळा येतो. नुसते चहाचे कप उकळून ठेवते मी सगळ्यांसमोर. पण माधवभावोजी आले आणि त्यांनी असं काही फर्मान सोडलं की, मग नाइलाज होतो.

केव्हा केव्हा खालच्या हॉटेलातून मागवते काहीतरी. पण अगदी क्वचित हं! हॉटेलचं थोडंच दर रविवारी परवडणार आहे?- एक तर परवडत नाही आणि दुसरं म्हणजे– खालून काही मागवायचं म्हणजे पाच जिने उतरण्याची तयारी ठेवावी लागते. तेच नेमकं होत नाही! पाच जिने चढण्या-उतरण्यापेक्षा घरी दोन प्रकार

केले, तर त्याचा नाही कंटाळा येत! तेव्हा सहसा नाहीच मी हॉटेलचं मागवत! मला वाटतं, हॉटेलचं मागवलं होतं त्याला आज... आठवडा झाला! आजच आठवडा झाला बरोबर.

मागच्याच रविवारची गोष्ट.

त्या दिवशी मला बरंच नव्हतं. सकाळपासून अंग भरून आलं होतं. सकाळीच मला हे म्हणाले,

''आज काहीतरी मस्तपैकी बनव. आपल्या घरी कवी चंद्रशेखर यायचे आहेत-''

मी काही बोलले नाही.

''मग काय करशील?'' - यांनी पुढं विचारलं.

तरी मी गप्पच होते. त्यांनी माझा हात हातात घेतला आणि पटकन म्हणाले,

''तुझ्या अंगात ताप आहे. बरं नाही का?''

''कालपासून कसर वाटतेय.''

''बरं मग, तू काही करू नकोस. पडून राहा स्वस्थ. आपण खालून मागवू सगळं!''

हे असं म्हणाले खरं! पण एकेक वल्ली जमायला लागल्यावर साफ सगळं विसरले. शेवटी मीच खाली उतरले. हॉटेलात गेले. ऑर्डर बांधून होईतो तिथंच काउंटरजवळ उभी राहिले. तेवढ्यात समोरच्या फॅमिलीरूमचं दार उघडून एक बाई बाहेर आली. पाहते तो ऊर्मिला भागवत. माझी मैत्रीण. मला पाहून तीही थबकली. मी आत गेले.

''चल, आपण आतच बसू.'' ऊर्मिला म्हणाली.

''बाहेर ये ना, तुझं झालंय ना?'' मी म्हणाले.

''नको, आतच बसू. तुला पाजते ना काहीतरी.''

–असं म्हणत ऊर्मिला माझा हात पकडीत पुन्हा फॅमिलीरूमकडे वळली. आम्ही आत जाऊन बसलो. माझ्याकडे बारकाईनं पाहत ती म्हणाली,

''तुला बरं नाही का?''

''थोडंसं.''

–मी हसत हसत म्हणाले. पुन्हा माझ्या हाताला हात लावीत ती म्हणाली,

''ताप आहे की गं अंगात!... मग बाहेर का पडलीस?''

''घरी पाहुणे आलेत. काहीतरी फराळाचं करावं लागणार. तेवढी एनर्जी अजिबात नाही. मग विचार केला, खालूनच काहीतरी मागवावं.''

''ते सगळं कबूल आहे गं. पण तू स्वत: का खाली उतरलीस? मिस्टर काय करताहेत?''

''त्यांचाच तर अड्डा बसलाय-'' मी म्हणाले.

''छान, तुझ्या घरीदेखील अड्डा बसतो का पत्त्यांचा? छान! व्यसनच झालंय हे घरोघरी!'' ऊर्मिला म्हणाली.
मी हसले. ऊर्मिला पाहत राहिली. मी म्हणाले, ''तुझा गैरसमज झालाय. आमच्या घरी पत्त्यांचा अड्डा नसतो. खरं म्हणजे त्याला 'अड्डा' शब्द वापरला हेच चुकलं. त्याला 'मेळावा' म्हणायला हवं. सगळे साहित्यिक आहेत.''
''म्हणजे?'' ऊर्मिलेनं आश्चर्यानं विचारलं.
''काही विचारू नकोस! यांचे सगळे मित्र आले आहेत. कुणी लेखक, कुणी कवी, कुणी टीकाकार, कुणी नाटककार... सगळा ग्रुप असाच आहे.''
ऊर्मिलेचं आश्चर्य द्विगुणित झालं. माझा हात घट्ट पकडीत ती म्हणाली,
''ए, काय लकी आहेस तू! - पण का गं, तुझ्या 'ह्यांना' साहित्याचं वेड कधी लागलं?''
''कधी म्हणजे काय विचारतेस? त्यांना पहिल्यापासून छंद आहे. लिहिण्याचादेखील...''
''अय्या! म्हणजे हल्ली अधूनमधून कथा प्रसिद्ध होतात त्या तुझ्याच मिस्टरांच्या का? छान! मला स्वप्नातही शंका आली नाही की, अनंत वाटवे म्हणजे तुझे मिस्टर असतील म्हणून! काँग्रॅट्स. पण मग काय गं, कधी बोलली कशी नाहीस?''
मी म्हणाले, ''जशी काही तू मला रोज भेटतेस. या हॉटेलात खादाडी करायला येतेस, पण तुला कधी वर यावंसं वाटलं नाही ना?''
''माय गॉड! पाच जिने चढून वर यायचं?''
''मग, त्याला काय झालं? जरा बारीक तरी होशील आणि आलीस तर स्वागत करीन चांगल्यापैकी.''
''या हॉटेलातलं मागवून ना? मग त्यापेक्षा इथं बसूनच खाल्लं तर काय बिघडलं?''
–ऊर्मिला मिस्कीलपणे म्हणाली.
—पण मीही काही कमी नव्हते. मी म्हणाले,
''इथं बसून खाण्यात फार तोटे आहेत. बाहेर पडताना आवाज येतो, 'हिरवी साडी, एक रुपया पन्नास पैसे.' माझ्या घरी निरोप घेऊन जाताना असं मागून कोणी ओरडत नाही. त्याशिवाय खातापिताना नामांकित साहित्यिकांच्या गप्पा ऐकायला मिळतात, ते निराळं!''
''हो, बाकी ते खरंच. आता अगदी जरूर येईन. पण काय गं, साधारण ती मंडळी केव्हा जमतात? कारण कवी, लेखक म्हटलं की, तसा त्यांचा भरवसा नसतो... त्यांना वेळाकाळाचं भानच नसतं, म्हणून विचारते.''
त्यावर मी म्हणाले, ''त्याला मात्र यांची दोस्तमंडळी अपवाद आहेत हं!''
''मग ती खरी लेखकमंडळीच नव्हेत.'' ऊर्मिला पटकन म्हणाली.
यावर मी म्हणाले, ''तेच तर सांगते मी. अजून सगळी छोटी छोटी मंडळीच आहेत.

फारसं नावारूपाला आलेलं कोणीच नाही त्यातलं. पण तळमळ किती, ते मात्र विचारू नकोस. त्या सर्वांची ती तळमळ, प्रसिद्धीचा ध्यास, निर्मितीचा सोस, प्रयत्न आणि खटाटोप पाहून घ्यावा. त्यांची ती हिरिरीची चर्चा, आवेश, विषय, मांडणी हे सगळं ऐकताना वेळ कसा मजेत जातो! तशी मजा आहे. फक्त आपली प्रकृती ठणठणीत हवी उठबस करायला. आता आजच पाहा ना, तब्येत बरी नाही. अशावेळी वाटतं, कोठून तरी तयार बश्या भरून याव्यात. पण तसं कुठलं व्हायला?..''
काही वेळ गप्प बसलो दोघी जणी. तेवढ्यात मी उठलेच.
''भान राहिलं नाही बघ. ऑर्डर देऊन ठेवलीय मघाशी. ती तयार होऊन काउंटरवर पडली असेल. जाऊ या आपण?''
–उर्मिला उठली.
''पण काय गं? केव्हा येतात सगळी सांगितलंच नाहीस!''
मी म्हणाले, ''सांगायची गरजच नाही. प्रत्येक सुट्टीला सकाळ ही ठरलेलीच. सूर्य उगवायचा नाही एक वेळ, पण गाद्या निघायच्या आत मित्रमंडळी उगवलीच म्हणून समज.''

साहित्यिकांच्या मेळाव्याचं ऊर्मिलेला मागच्या रविवारी समजलं होतं. आज तीदेखील येण्याची शक्यता होती. आज काहीतरी करायला हवं. चमचमीत! चांगल्यापैकी! पाच जिने चढून येणाऱ्या ऊर्मिलेचा श्रमपरिहार होईल असं काहीतरी!
नेहमीच्या वेळेला जमलेच एकेक! आता तीनचार तास नुसती मैफील रंगेल या खोलीत. हा हा म्हणता गप्पा रंगू लागल्या. आवाज चढायला लागले. ऊर्मिला मात्र अपेक्षेप्रमाणे आली नाही. तेवढ्यात दार वाजलं. ऊर्मिलाच असणार, म्हणत मी दार उघडलं. पाहते तो दारात हॉटेलचा पोऱ्या उभा.
मला नवलच वाटलं! मी तर काही मागवलं नव्हतं.
''काय रे, कुणी मागवलं?''
''माहीत नाय! शेटनं आणाया सांगितला, म्या आणला.''
''मागवलं असेल ह्यांनी, मघाशी खाली गेले होते तेव्हा.'' - असं मनाशी म्हणत मी सगळं फराळाचं बाहेर नेऊन ठेवलं.

रात्री ह्यांनी मला विचारलं, ''आज बरंच मागवलं होतंस खालून!''
''कोणी? मी? छे बाई! मी नव्हतं मागवलं. मला वाटलं, तुम्ही खाली गेला होता, तेव्हा येताना सांगून आलात.''
''वा! मग आल्याबरोबर तुला नसतं का सांगितलं?''
''मला वाटलं असाल विसरला किंवा मला 'सरप्राईज' करायचं असेल तुम्हाला.''

''छे, छे! तसं काही नाही आणि दुसरं असं, मी मागवलं असतं तर दहीवडा बिलकूल मागवला नसता. मला तो आवडत नाही, हे तुला माहीत आहे...''

''हो, ते नाही माझ्या लक्षात आलं.''

आम्ही दोघं गप्प राहिलो.

''पण... मग मागवलं कोणी ते सगळं?''

''मागवलं असेल तुमच्या मित्रांपैकी कोणीतरी.''

''छे, छे! तसं काही वाटत नाही.''

–विचार करूनही काही उलगडा होईना. विचाराधीन होऊन दोघंही झोपलो शेवटी. नंतरच्या एक-दोन दिवसांत हे अनेकवेळा म्हणाले, ''एकदा पाहिलं पाहिजे कोणी मागवलं ते.''

–पण एवढ्यावरच तो विषय राहिला.

दुसरा रविवार उजाडला. मित्रमंडळी जमली. काही वेळ गेला; पुन्हा दरवाजा वाजला. दार उघडते, तो पुन्हा हॉटेलचा पोऱ्या..!

त्याला थांबायला सांगून मी ह्यांना हाक मारली. आतल्या खोलीत ते येताच मी म्हणाले,

''हा आलाय, याला विचारा आता.''

''काय रे, हे कुणी मागवलं?'' - ह्यांनी विचारलं.

''मला काय ठावा? शेटनं वर आणाया दवडलं, म्या आला.''

हे माझ्याकडं नि मी त्यांच्याकडं पाहत राहिलो. काहीसा निश्चय करीत ते म्हणाले,

''हे परत घेऊन जा.''

त्यावर तोही निर्धाराने म्हणाला, ''ऑर्डर कॅन्सल करायचा हुकूम नाय.''

''अरे पण, आम्ही ऑर्डर दिलीच नाही.''

''ते शेटना सांगा–'' तो मख्खपणे म्हणाला. त्याच्याशी जास्त बोलण्यात अर्थ नव्हता.

सगळी मंडळी गेल्यावर हे तातडीनं खाली गेले आणि दहा-पंधरा मिनिटांनी लगेच परतले. आल्याबरोबर ते म्हणाले,

''और प्रकार दिसतोय!''

''काय झालं?''

''तो हॉटेलवालाही काही सांगत नाही. तो म्हणतो, त्याला काही माहीत नाही.''

''म्हणजे?''

''तेच तर कळत नाही. कोणीतरी ऑर्डर दिली. पैसेही दिले आणि तो म्हणतो पैसे

मिळाल्यावर आम्ही कशाला चौकशी करतो जास्त?''
''बरं मग?''
''मग काय? मग काही नाही. त्यापेक्षा जास्त बोलतच नाही तो. तो म्हणतो, दिवसांत दीड ते दोन हजार चेहरे दिसतात. कोण येतो, कोण जातो, कसं सांगायचं?''
''तो म्हणतो तेही खरं आहे म्हणा! पण मग त्याला म्हणावं, कोणी आमच्यासाठी ऑर्डर दिली, तर म्हणावं घेऊच नकोस.'' मी एक पर्याय सुचवला.
''तेही सांगितलं. त्यावर तो म्हणाला, 'आमचा धंदा आहे. पैसा गल्ल्यात पडला की, आम्ही सेवा करणारच. पाहिजे तर तुम्ही काही न खाता तशीच ऑर्डर परत पाठवा. पण आम्ही पाठवणारच.' मी एवढंही म्हणालो, 'कुणी ऑर्डर द्यायला आलं तर मला ताबडतोब बोलवा.' तेव्हा म्हणाला, 'लक्षात राहिलं तर पाठवीन निरोप.'''
मी गप्प राहिले. जरा वेळानं मी विचारलं,
''मग आता काय करणार?''
''रविवारी परत पोऱ्या आला तर पाहू. मी मग मित्रांनाही विचारीन. नाही लागला पत्ता तर पुन्हा बसू मालकाच्या खनपटीला. कोणाचा तरी डाव चाललाय.''
''तुम्हाला विषय मिळाला गोष्टीला-'' मी म्हणाले.
''हो. ते खरंच. पण पत्ता लागायला हवा काहीतरी त्यापूर्वी!''

यानंतरच्या रविवारी परत फराळाच्या बश्या आल्या. ह्यांचा चेहरा उतरला. तेवढ्यात माधवभावोजी म्हणाले, ''या लेकाचं हल्ली लक्ष नसतं बरं का बैठकीत-''
लगेच माधवभावोजींच्या या बोलण्याची दुसऱ्यानं 'री' ओढली.
''होय का रे? आमचा त्रास वगैरे होत नाही ना?''
''अरे, भलतंच काय बोलता?'' हे एकदम म्हणाले.
''मग आम्हाला तुझ्या अस्वस्थतेचं कारण समजायला हवं.''
''माधव म्हणतो ते खरं नाही... पण.''
''तुला नसेल पटत, पण आम्हाला पटलंय.''
हे यावर गप्प बसले.
''पाहा कसा गप्प बसलाय.'' - कुणीतरी पुन्हा सुरुवात केली.
''नक्कीच काहीतरी बिनसलंय. आज कारण समजायलाच हवं. त्याशिवाय आम्ही हे तू सगळं मागवलेलं खाणार नाही.''
''मी हे मागवलेलंच नाही.'' हे पटकन म्हणाले.
''तू नाही तर वहिनींनी मागवलं असेल... दोन्ही एकच.''
''नाही, नाही. तिनंपण हे मागवलेलं नाही. तुमच्यापैकी कुणीतरी हा चावटपणा करतोय. आजच नाही तर गेले दोन-तीन वेळेला, तुमच्यापैकी कोणीतरी ऑर्डर देतं

खाली आणि मगच वर येतंय.''
''छे! भलतंच काहीतरी.''
''आपल्यालाही माहीत नाही.''
–सगळ्यांनी ह्यांच्या या आरोपाचा इन्कार केला. हे आणखीनच विचारमग्न झाले. मीही इकडे कोड्यात पडले.
''... आणि त्याचाच तू विचार करतोस ना अलीकडे?''
''अर्थातच! मला याचा अर्थच समजत नाही.''
''अरे, असेल कोणीतरी 'एखादी' तुझ्या लेखनावर खूश झालेली.''
''हे पाहा मंडळी, आपण सगळे लेखक आहोत. या असल्या घटना, आपण लिहितो त्या कथानकातून घडतात. आपल्या स्वतःच्या जीवनात असं कधी घडायचं नाही.''
–त्यानंतर त्या प्रकारावर बरीच चर्चा झाली. मित्रमंडळी नेहमीच्या वेळेला गेली. अजून वस्तू कोण पाठवतं, याचा उलगडा झालाच नव्हता. पण मला त्या सर्व चर्चेतून, चेष्टामस्करीतून एकाच व्यक्तीचा संशय यायला लागला होता.
तो म्हणजे काही दिवसांपूर्वी भेटलेल्या ऊर्मिलेचा!–

रात्री जेवणखाण आटोपल्यावर हे एकदम म्हणाले,
''चल माझ्याबरोबर.''
''कुठं?''
''आपण खाली हॉटेलवाल्याकडं जाऊ. आता हॉटेल बंद होईल. त्याला निवांतपणे गाठू या.''
–आम्ही खाली उतरलो. हॉटेलची फक्त एक फळी उघडी होती. त्या दरवाजातून आम्ही तिरकं अंग करीत आत गेलो. तेवढ्यात एक वेटर म्हणाला,
''हॉटेल बंद झालंय.''
''आम्हाला मालकांना भेटायचंय.'' असं म्हणत हे पुढे झाले. पाठोपाठ मीही! एका कोपऱ्यातल्या टेबलावर मालक सबंध दिवसाच्या कुपनांचा हिशेब करीत बसले होते. ह्यांच्याकडे पाहत ते म्हणाले, ''आलोच पाच मिनिटांत–'' पाचदहा मिनिटांत काम आटोपून मालक आमच्या टेबलाजवळ येत म्हणाले,
''बोला, काय हुकूम आहे?''
–मालकाकडे रोखून पाहत हे म्हणाले, ''मी परवाचाच प्रश्न पुन्हा विचारायला आलोय.''
''मी नाही समजलो..'' मालक म्हणाले.
''आम्ही वरतीच राहतो-'' मी म्हणाले.

"माहीत आहे. मग?"
"गेले दोन-तीन रविवार आमच्याकडे तुमच्या हॉटेलातून ऑर्डर येते." - मी पुढे म्हणाले.
"बरं मग, त्याबद्दल काही तक्रारी आहे का?... असली तर जरूर सांगा. ऑर्डर वेळेवर वगैरे येत नाही का?"
"अहो, नुसती वेळेवरच काय विचारता? केव्हा केव्हा ऑर्डर न देतादेखील ऑर्डर येते." – हे हसत हसत म्हणाले.
मालक गोंधळून जात म्हणाले, "मी नाही समजलो."
यावर गंभीर होत परत हे म्हणाले, "मालक, चेष्टा नाही. कोणीतरी ऑर्डर दिल्याप्रमाणे सगळ्या वस्तू बिनचूक पत्ता सांगत माझ्या खोलीवर येतात. तुम्हाला हा प्रकार माहीत असला पाहिजे. त्याचा उलगडा करून घेण्यासाठी आलोय आता."
"मी कसं सांगणार पण? रोज दीड-दोन हजार गिऱ्हाईक जातं-येतं. गल्ल्यात पैसा पडला, की कोण बघतंय समोर? कूपन पाहायचं आणि त्याप्रमाणे कॅश बघायची. जास्ती बघायला वेळच नसतो."
आमचे दोघांचे चेहरे उतरले. थोडा वेळ आमचं सूक्ष्म निरीक्षण करीत मालक म्हणाले, "पण त्यात एवढं बिघडलं काय? असेल तुमच्या एखाद्या मित्राची कारवाई."
"हो पण, ते समजल्याशिवाय शांत वाटायचं नाही. उगीच एखाद्याचे उपकार घ्यायचे? काही कळत नाही बुवा. मन कसं अस्वस्थ झालंय." हे म्हणाले.
"तर काय! मी पण सतत विचार करते आहे. मनाला प्रशस्त वाटत नाही-" मी म्हणाले.
आम्ही गप्प राहिलो. तेवढ्यात एका वेटरनं आम्हा तिघांसमोर लस्सीचे ग्लास भरून ठेवले. मालक म्हणाले, "घ्या, आज तुम्ही पाहुणे आहात माझे. रात्री मी जेवत नाही. ही एक ग्लास लस्सी हेच माझं जेवण. आज तुमच्या पंगतीचा लाभ मिळाला." आम्ही त्या ग्लासांकडे पाहत राहिलो.
"अरे, घ्या ना... हे तर आता कुणी -त्या अज्ञात इसमानं नाही ना दिलं? घ्या, घ्या."
–आम्ही लस्सी संपवली. यांच्या व्यग्र चेहऱ्यात अजून फरक पडला नव्हता.
"तुम्हाला एवढं वाटत असेल तर सांगतो. ते सगळं मीच पाठवीत होतो."
–यांना एकदम हलकं वाटल्याचं स्पष्ट दिसलं. खिशात हात घालून ह्यांनी दहाच्या दोन नोटा काढून त्या मालकासमोर ठेवल्या. त्या दोन्ही नोटा परत ह्यांच्या हातात देत मालक म्हणाले,
"तुमच्याकडून पैसे घ्यायचे असते, तर दर रविवारी पोऱ्याबरोबर बिल पाठवलं असतं मी. पैसे ठेवून द्या."

“पण का?”
“सांगतो! पण तुम्ही काही मनावर घ्यायचं नाही त्यातलं–”
“नाही घेणार! सांगा.” हे उत्सुकतेनं म्हणाले.
त्यानंतर माझ्याकडे पाहत पाहत मालकांनी त्या दिवशीचं -माझं आणि ऊर्मिलेचं झालेलं सगळं संभाषण सांगून टाकलं. त्यावेळी ते स्वत: शेजारच्या खोलीत हिशेबाचं काम पाहत बसले होते. आमच्या संभाषणातून ‘हे’ लेखक आहेत... वगैरे सर्व समजलं होतं, हे सर्व मालकांनी सांगितलं. आम्ही पाहत राहिलो. मालकच पुढे म्हणाले, “तुम्ही कृपा करून गैरसमज करून घेऊ नका. तुम्हाला ऐपत नाही- वगैरे समजू नका. हे मी तेवढ्यासाठी करीत नव्हतो-”
–बोलता बोलता मालक उठले. तिथल्याच एका कपाटाजवळ गेले. कपाटाचं एक दार उघडीत ते म्हणाले, “हे पाहा..”
–कपाट निरनिराळ्या तऱ्हेच्या मासिकांनी, पुस्तकांनी भरलेलं होतं.
“तुम्हीही लिहिता?” ह्यांनी विलक्षण आनंदानं आणि विस्मयानं विचारलं. तेवढ्याच शांतपणे मालक म्हणाले,
“मी कुणीतरी लिहून ठेवलेलं वाचतो. मला वाचन, साहित्य- याची फार आवड आहे. पण मी स्वत: हिशेबापलीकडे काही लिहू शकत नाही. तरीपण सर्व मोठ्या साहित्यिकांचा-माझा परिचय आहे, हे पाहिलंत ना? –जेवढी मासिकं प्रसिद्ध होतात, तेवढी सगळी इथं येऊन पडतात. विनामूल्य. मला मग या मासिकांसाठी काहीच करता येत नाही, याचं फार वाईट वाटतं. व्यवसाय हा असा रूक्ष. फक्त कुपनं आणि त्याच्यावरची संख्या पाहण्याचा व्यवसाय. रूक्षदेखील... आणि काही प्रमाणात माणुसकी विसरायला लावणारादेखील. कुणाकडं जाणंयेणं नाही, कुणाला बोलावता येत नाही... परवा समजलं, तुम्ही लेखक होऊ पाहताय... तुमच्याकडं चार साहित्यिक जमतात. तेव्हा समाधान वाटलं. आनंद वाटला. तुमच्या घरी जमणारे साहित्यिक मित्र माझ्या घरी जमल्याचा आनंद मिळायला लागला... आणि केवळ तेवढ्याच भावनेनं मी ऑर्डर पाठवायला लागलो. दुसरा कोणताही उद्देश त्यामागे नव्हता. तरीही तुम्हाला पैसे द्यायचे असले तर द्या. मी नाही म्हणत नाही. पण ते मूल्य - ती किंमत - त्या चार पदार्थांची होणार नाही. त्यामागच्या भावनेची ती किंमत होईल, असं मला वाटतं. तुम्ही लेखक आहात. भावनेची किंमत काही प्लेट बटाटेवडे किंवा तसलेच पदार्थ यांच्या किमतीएवढीच असते, असं तुम्ही नक्कीच म्हणणार नाही-”
–माझ्या लेखक नवऱ्याचा सहीसही पराभव झाला होता.
पण त्यात केवढा आनंद होता - स्वत: लेखकालाही आणि त्यांच्या या पत्नीलाही!

■

दुर्वास

काही काही वास्तू आणि शब्द यांचे संकेत ठरलेले आहेत.
गाभारा म्हटला म्हणजे 'शंभोऽऽ'सारखी घुमणारी आरोळी आणि पाठोपाठ घंटानाद.
शेअरबाजार म्हटलं की, 'आपो-लिधो.' 'शाळा' शब्दाबरोबरच सांघिक आवाजातले पाढे... असे काही संकेत आहेत.
तीच बाब हॉस्पिटलची.
वासाबरोबरच काही शब्दांचं आणि हॉस्पिटलचं नातं पक्कं आहे.
त्यामुळेच,
''यू बास्टर्ड, ब्लडी फूल, स्वाईन' - अशा शिव्यांचा भडिमार ऐकताच मी कॉटवर अर्धवट उठून बसलो. शिव्या देणारी व्यक्ती पुरुष होती. डॉक्टरमंडळींपैकी कुणाचा एवढा तोल गेला असणं शक्य नाही. इथली सगळी मंडळी परिचयाची झालेली आहेत.
मग कोण?
पेशंट?
तेही शक्य नाही. एखादी असाध्य व्याधी असेल, तर मरणाच्या भीतीनं तो इतका व्याकूळलेला असतो की, त्याचा एवढा आवाज चढणं शक्यच नाही. दुसरं म्हणजे पेशंट हा सर्वांत परस्वाधीन जीव. लागलेली तहान शमवण्यापासून 'लागलेली' निभावण्यापर्यंत... प्रत्येक बाबतीत तो परस्वाधीन. प्रत्यक्ष दुखण्याच्या यातनेपेक्षा आपण स्व-हिमतीवर काही करू शकत नाही, या यातना जास्त. तेव्हा त्याला कुणावरही चिडण्याचा अधिकार नाही.
–दैव सोडल्यास.
हाही अंदाज चुकला.
स्ट्रेचर आलं. त्यावर एक तीस-पस्तीस वर्षांचा तरुण. तो ओरडत होता. स्ट्रेचर आणणाऱ्या माणसांकडं दुर्वास मुनीप्रमाणं पाहत होता. पाठोपाठ त्या गृहस्थांची बायको आत आली. स्ट्रेचरवरून पलंगावर त्याला काढून ठेवताना तो पुन्हा

ओरडला,

"बेवकूफ..."

"शू! ओरडू नका, हे घर नाही, हॉस्पिटल आहे–" बायकोनं सावरण्याचा प्रयत्न केला.

एक हात पोटावर दाबून धरत तो ओरडला,

"Don't try to teach me."

ती बाई काही बोलली नाही.

अंगावर पांघरूण घालून त्या माणसाला व्यवस्थित करेपर्यंत त्याचं पुटपुटणं चालू होतं.

हॉस्पिटलच्या रिवाजाप्रमाणं नवीन पेशंटचं आगमन होताच तांब्या, भांडं, केसपेपरची फाईल यासकट सिस्टर आली. तिनं त्याची प्रथम नाडी पाहिली. नंतर तिनं थर्मामीटर काढताच तो गुरगुरला,

"No temperature"

तिकडं लक्ष न देता ती म्हणाली,

"आ करा."

"I have told you once... no.."

"आ करा -" तिनं आवाज चढवला.

त्यानं मुकाट्यानं 'आ' केला. तिनं तोंडात थर्मामीटर खुपसलं.

सिस्टर स्वत:शी हसली.

त्याच्या बायकोलाही हसायला आलं. तिनं ते दाबलं. पण त्याचं लक्ष होतंच. थर्मामीटर हातात घेत तो मधेच खेकसला,

"What makes you laugh?"

उत्तर न देता ती बाहेर गेली.

सिस्टरनं ताप पाहिला.

"आहे का?" त्यानं विचारलं.

सिस्टरनं मान हलवली.

"माझ्यावर विश्वास नव्हता का?" - तो त्याच पट्टीत.

"I am doing my duty, don't shout." तिनंही समज दिली.

त्यानंतर रक्तदाब घेईतो तो चुपचाप पडून होता. ठरलेल्या संकेताप्रमाणे प्राथमिक रिवाज संपवून सिस्टर निघून गेली. स्वारी पडून राहिली.

एव्हाना त्याच्या पलंगातून धूर कसा यायला लागला नाही, याचं नवल करीत मी त्या दुर्वासाकडे पाहत राहिलो.

तसा तो तरतरीत होता. नाकेला, गोरा आणि 'हँडसम' विशेषणात काठोकाठ बसणारा होता. त्यानं जोपासलेल्या मिश्या त्याच्या व्यक्तिमत्त्वात भर घालणाऱ्या होत्या. शरीर चांगलं बांधेसूद होतं. इतक्या चांगल्या व्यक्तिमत्त्वाचा पुरुष जर हसतमुख असता, तर एकूण पौरुषाचा तो गौरव ठरला असता. पण...

माझे विचार थांबले, ते दुर्वासांनी बेल वाजवली म्हणून. समोर नर्स येऊन उभी राहीपर्यंत त्यानं बेलवरचं बोट काढलं नाही.

"काय हवंय?"

"बाहेर मिसेस तारकुंडे उभ्या असतील. त्यांना सांगा, मी अजून आहे."

त्याचा त्रागा बाहेर ऐकू जाणं सहज शक्य होतं. नर्स बाहेर जायच्या आत ती आत आली.

"मी आहे अजून."

ती न बोलता कॉटजवळच्या स्टुलावर बसली.

"पाय चेप."

तिनं पाय चेपायला प्रारंभ केला.

"जरा हळू."

ती काळीसावळी होती, पण स्मार्ट होती. लग्नापूर्वीची ती आणि आताची ती यात एक औंस वजनाचा फरक पडला नसेल, असा मी अंदाज केला. बिरबलने महिनाभर प्रतिपाळ केलेल्या शेळीसारखं तिचं आयुष्य असणार. खूप खायचं आणि या दुर्वासाशी संसार करायचा. स्वतःच्या संसाराचा संपूर्ण आलेख पहिल्या रात्रीच समजल्याची 'जाणकारी' तिच्या चेहऱ्यावर दिसत होती. त्यामुळे तिचा तसा स्मार्ट वाटणारा चेहरा, निराळ्याच वेदनेनं झाकोळल्यासारखा वाटत होता. स्पिरिटच्या बाटलीत साठवून ठेवलेली चाफ्यांची फुलं जशी कोमेजत नाहीत, पण केविलवाणी वाटतात- तशी मला ती वाटली.

"चेपायचे म्हणून चेपू नकोस. इच्छा नसेल तर नाही म्हणून सांग."

तो ओरडला आणि त्याच वेळी डॉक्टर आत आले.

"काय तारकुंडे, कसं काय वाटतंय?"

"मला इथं यायचं नव्हतं, डॉक्टर."

"एकदम बरोबर. मलाही तुम्हाला इथं आणायचं नव्हतं."

"पण डॉक्टर..."

"डोन्ट वरी. तुम्हाला दोन दिवसांत मोकळं करतो. तोपर्यंत शांत पडून राहायचं. रागवायचं नाही... चिडायचं नाही... काय हवं ते मला सांगायचं. ओ.के.?"

त्यानंतर माझ्याकडे पाहत डॉक्टर म्हणाले,

"तुम्हालाही दोन दिवसांनी हाकलून देतो."

"Thank you."

संध्याकाळी पारसनीस मला भेटायला आला. पारसनीस खोलीत यायला आणि व्हीलचेअरवरून दुर्वासांना बाहेर न्यायला एकच गाठ पडली.

मला भेटायला आल्याचं विसरून पारसनीस त्याच्याकडे पाहत राहिला.

तो गेल्यावर मला त्यानं विचारलं,

"हा परशू इथं केव्हा आला?"

"त्याचं नाव परशू?"

"मी ठेवलेलं."

"परशू की परशुराम?"

"परशुरामात 'राम' होता, हा नुसताच परशू आहे. खरं तर मध्ये 'र' सुद्धा नकोय."

"त्याला एवढं कंडम करू नकोस रे! स्मार्ट आहे."

"वाघ काय कमी रुबाबदार असतो?"

"दुखण्यानं माणूस हैराण होतो-"

"त्याच्या बाबतीत त्याचा संताप हेच दुखणं आहे."

"त्याच्याबद्दल संपूर्ण माहिती असल्याप्रमाणे तू बोलतो आहेस."

"आहेच! त्याचं आडनाव तारकुंडे ना?"

"असावं."

पारसनीस त्याच्या कॉटजवळ गेला. त्यानं केसपेपरवरचं त्याचं नाव वाचलं आणि तो म्हणाला,

"Exactly same person."

"म्हणजे काय?"

"सांगतो."

माझ्या कॉटजवळ पारसनीसनं स्टूल ओढून घेतलं. आसन ठोकीत तो म्हणाला,

"आमच्या सौभाग्यवती अपत्य क्रमांक चारच्या वेळी..."

"म्हणजे गफलतीनं झालेल्या..."

पारसनीस हात उगारीत म्हणाला,

"च्यायला, प्रत्येक वेळी आठवण करून द्यायला हवीच काय?"

"I am sorry. पुढं सांग-"

"ती ज्या मॅटर्निटी होममध्ये होती..."

"तेही माहीत आहे. आंतरराष्ट्रीय कीर्तीचे गायनॅकॉलॉजिस्ट आणि... पुढचा शब्द तूच सांग."

"ऑब्स्टेट्रेशियन..." पारसनीस म्हणाला.

"पुढं..."

"त्याच मॅटर्निटी होममध्ये या माणसाची गाय होती."

"गाय?" मी ओरडलो.

"म्हणजे बायको."

"Go ahead–"

तिथं याची आणि माझी खरी ओळख झाली आणि त्या एका घटनेपासून हा प्राणी इतका लक्षात राहिला आहे, की पूछो मत!"

"काय घडलं असं?"

"जो प्रकार घडला तो घडायला नको होता, यात वादच नाही."

मी म्हणालो,

"पारसनीस, प्रेषित कार्यक्रमातल्या अमीन सयानीसारखं करू नकोस. सरळ सांग, काय काय घडलं ते–"

"सांगतो, सांगतो. डिलिव्हरीच्या दुसऱ्या की तिसऱ्या दिवशी कामावर जाताना हे राजर्षी बायकोला भेटायला आले. तिच्याशी बोलून झाल्यावर त्यानं मुलाची चौकशी केली. 'नर्सनं कितीतरी वेळापूर्वी नेलाय, तो अजून आणून दिला नाही–' असं तिनं सांगितलं. हे साहेब पाहायला गेले आणि मग चौकशी करतो तो मुलाचा पत्ता नाही! सगळीकडे पळापळ. तेवढ्यात बाहेर टॅक्सी थांबली. आतून एक भय्या उतरला."

"त्याच्या हातात या परशूचा मुलगा. मग लक्षात आलं, परटाच्या कपड्यांच्या ढिगाऱ्याबरोबर ते मूलही गेलेलं. पण म्हणतात ना, देव तारी... तसं झालं. मुलाच्या जावळालाही धक्का लागला नव्हता. या प्राण्यानं काय करावं? पहिली तोंडात भडकावली त्या भय्याच्या. दुसरी ड्युटीवर असलेल्या सिस्टरच्या. एवढ्यावर तो थांबला नाही. ताडताड चार जिने चढून वर गेला. डॉक्टर वरच राहत होते. या माणसानं बेल वाजवली. योग असा की, घरात नोकर असतानाही स्वत: डॉक्टरांनीच दार उघडलं. कोणताही खुलासा न करता या माणसानं त्या आंतरराष्ट्रीय कीर्तीच्या डॉक्टरच्या तोंडात ठेवून दिली आणि मग म्हणाला, 'का मारलं ते आता सांगतो. हजार हजार रुपये फी घेता आणि ही मॅनेजमेंट?' –डॉक्टर काय बोलतील?... ऐसी बात है."

पारसनीसनं हकिकत संपवली. त्यानंतर अवांतर चौकश्या करून पारसनीस निघून गेला.

मला आता जरा जरा झोप यायला लागली होती.

माझ्याबाबतीत सगळी इन्व्हेस्टिगेशन्स संपत आली होती. आतापर्यंतचे रिपोर्ट्स नॉर्मल होते. उद्याचा रिपोर्टदेखील नॉर्मल आला, तर अस्मादिकांना असं का होतं, हा प्रश्न सुटणार नव्हता. 'काळजी करायची नाही' हा तीन शब्दांचा संदेश कितीही मधुर असला, तरी काळजी थांबत नसल्यानं त्याच्याएवढं भंपक वाक्य दुसरं

कोणतंही नसेल असं वाटतं. गेले आठ दिवस झोपेच्या गोळ्या घेतोय. त्याही आता पचायला लागल्या. मनुष्यदेह हुकमानं वाकत नाही, हेच खरं. गोळी घेतो आणि सोबतीला राहणाऱ्या बायकोला नीट झोप मिळावी, म्हणून झोपेचं सोंग घेतो. मला गोळी घेताच झोप लागते असं पाहिलं की, मनोरमा समाधानानं झोपते. झोपल्यावर 'मी आता फार सुखात आहे' हे मनोरमा प्रत्येक क्षणी घोरून सांगते. सकाळी उठल्याबरोबर मला म्हणते,

''रात्रभर तुम्ही छान घोरत होतात. त्यापायी मी आपली जागी!''

मी सांगतो,

''डॉक्टरांना म्हणावं, झोपेच्या गोळीपाठोपाठ एक न घोरण्याची गोळी देत जा.''

मनोरमा गप्प बसते. मला जाम हसायला येतं. झोपेच्या गोळीची मी नवी व्याख्या केली आहे-

जी गोळी घेतल्यावर, पेशंटच्या सोबतीला राहिलेल्या माणसाला छान झोप मिळते, ती झोपेची गोळी. नेहमीच्या वेळेला मनोरमेनं मला झोपेची गोळी दिली. पाच-एक मिनिटांनी मी डोळे मिटून घेतले.

दुर्वासाचं उद्या पहाटे अल्सरचं ऑपरेशन होतं. मेजर असावं. दोनच कॉट्सच्या आमच्या स्पेशल खोलीत बरीच धावपळ चाललेली होती.

दुर्वासांचे सगळे नातेवाईक भेटून गेले. चिरंजीवसुद्धा.

त्याच्या मुलाला पाहिल्याबरोबर मला तो 'संगीत श्रीमुखात'चा प्रसंग आठवून गेला. दुर्वास दुर्वासच राहिला होता. त्यानं त्याचं खडाष्टक व्रत सोडलेलं नव्हतं. पाहुण्यांच्या, नातेवाइकांच्या देखतही त्याचं चिडणं चालूच होतं. वडीलधाऱ्यांपैकी कुणीतरी म्हणालंदेखील-

''श्रीधर, तू हा आक्रस्ताळी स्वभाव सोडून दे.''

बऱ्याच वेळानंतर म्हणजे रात्री नऊच्या सुमारास वर्दळ संपली.

खोलीत दुर्वास, त्याची बायको रजनी, मनोरमा आणि झोपेचं सोंग घेतलेला मी. मघाशी आलेल्या नातेवाइकांपैकी कुणीतरी हाक मारली, तेव्हा त्या स्पिरिटमधल्या चाफ्याचं नाव रजनी आहे, हे समजलं.

सगळे गेल्यावर ती म्हणाली,

''आज आमच्या पळापळीमुळे तुमच्या मिस्टरांना झोप नाही.''

''असं तुम्हाला वाटतंय. पाच मिनिटांपूर्वीच मी त्यांना गोळी दिली. लगेच घोरायला लागतील.''

मी येणारं हसणं प्रयासानं दाबलं आणि तेच बरं झालं.

दुर्वासाला झोप लागली होती. त्यांच्या दृष्टीने मी झोपलेला.
रजनी मोकळेपणानं बोलायला लागली.
अशा मोकळ्या गप्पांची या क्षणी तिला फार गरज होती. ती आता सगळं सगळं बोलणार, हे मी एका वाक्यावरून जाणलं आणि जाणीवपूर्वक जागा राहिलो.
"तुमच्या मिस्टरांना काय होतंय?" मनोरमेनं विचारलं.
"ओढवून घेतलेलं दुखणं-"
याच वाक्यावरून मी पुढचा प्रवास ओळखला.
"असं का म्हणता?"
"दुसरं काय म्हणू?- गेल्या दोन दिवसांत तुम्हाला सगळं दिसलंच आहे."
"काही काहींचा स्वभावच तसा असतो. निवळतील."
"कशावरून?"
"ऑपरेशननंतर निवळतील."
मनोरमेनं एक पोकळ आधार दिला. तिनंही तो जाणला.
ती म्हणाली,
"ऑपरेशन पोटाचं आहे, डोक्याचं नाही."
"तुम्ही धीर सोडू नका."
मी डोळे किलकिले केले. मनोरमेच्या वाक्यावर रजनी नुसती हसली. मनोरमासुद्धा समजून म्हणाली,
"या सांगण्यात काही अर्थ नाही, हे मला समजतंय; पण दुसरं काय करणार?"
दोघी गप्प बसल्या.
रजनीनं स्वगत सुरू करावं तशी सुरुवात केली-
"लहानपणी एका जादूच्या अंगठीची मी एक गोष्ट वाचली होती. ती अंगठी बोटात घातली म्हणजे समोरच्या माणसाच्या मनातले विचार आणि स्वभाव तंतोतंत समजायचा. त्या गोष्टीतल्या मुलीचं नावसुद्धा रजनीच होतं. खूप दिवस मी स्वत:ला त्या गोष्टीतली रजनी समजत होते. दादांच्या मागं भुणभुण लावून मी स्वत:ला अंगठी करवून घेतली. खुळ्यासारखी मी त्या अंगठीची पूजा करीत असे.."
बोलता बोलता ती थांबली. स्वत:शी हसली आणि म्हणाली,
"सगळाच खुळेपणा. आता हसायला येतं आठवलं की–"
मला मधेच बोलावंसं वाटलं, 'पण तो काळ त्या वेडात किती झकास गेला असेल!'
स्वत:ला सावरायला मला त्रास झाला.
"त्या अंगठीचं पुढं काय झालं?"
मनोरमेनं मुलाखतटाईप प्रश्न टाकला.

मला राग आला.
मुलाखत हा प्रकार मला मुळातच बोगस वाटतो. बोलणारा भाबडेपणानं, भारावून जेव्हा मर्मबंधातलं काही सांगू लागतो, तेव्हा मुलाखत घेणाऱ्याच्या डोक्यात छापलेला पुढचा प्रश्न तरी असतो किंवा कॉलमची लांबी. बोलणारा कवितेत गेलेला आणि विचारणारा गणितात. म्हणूनच मुलाखत संपली रे संपली की, गणितातल्या उत्तराच्या कंसाप्रमाणे, मुलाखत घेणारा कंस म्हणतो-
''वेळ छाऽन गेला. हॅः हॅः हॅः...''
मनोरमेच्या जागी मी असायला हवा होतो. रजनीबरोबर तिचा अंगठीचा गाभारा मी तरल धुपाच्या वासानं भरून टाकला असता. मुलाखतीतून गुजगोष्टीत गेलो असतो. एखाद्याला बोलतं करायचं ठरवलं म्हणजे काय करावं लागतं? -सहप्रवास करावा लागतो. ऐकणारा म्हणजे साधा फुगा आणि भारावून बोलणारा म्हणजे गॅसचा फुगा. गुंगीत, नशेत, जास्त जास्त तरल वातावरणात चढणारा...
–या दोन फुग्यांचा संवाद होईल का?
मी मुलाखती वाचत नाही, त्याचं कारण हेच आहे. रजनीजवळ आता ती अंगठी असती, तर मी झोपलेला असूनही तिला कळलं असतं की, आम्हा दोघांत श्रवणभक्तीचं मर्म मलाच जास्त समजलंय. मी गॅसचा फुगा होऊ शकतो.
तसा मी आता झालो म्हणून लगेच मला रजनीचं दुःख समजलं.
ती म्हणाली,
''ती अंगठी अचानक हरवली हो! खूप दिवस माझं कशातच लक्ष लागेना. पूजा करून करून त्या अंगठीत ती शक्ती अवतरेल असं मला वाटत होतं. मी सारखी उदास, उदास का असते, हे दादांनी मला विचारून घेतलं. मी सगळं सांगून टाकलं. ते म्हणाले, 'तुला तशी अंगठी मिळेल. तू खूप मोठी हो. पुष्कळ शीक. मानसशास्त्राचा खोल अभ्यास कर. अंगठीची मग गरज वाटणार नाही-' मला खूप शिकायचं होतं. पण अचानक आलेल्या आजारपणापायी दादांची नोकरी गेली. जबाबदाऱ्या कमी करायच्या म्हणून माझं लग्न मॅट्रिकनंतर लगेच जमवण्यात आलं. मधल्या काळात, दादांच्या आजारपणात मी अंगठीचं दुःख विसरले होते. श्रीधर मला जेव्हा पाहायला आले, तेव्हा मला त्या अंगठीची फार फार आठवण झाली-''
''तुमचं मग लग्न झालं नसतं.''
''यांच्याशी नक्कीच झालं नसतं. इतकंच काय, मी कुणालाही या माणसाशी लग्न करू दिलं नसतं. पाप-पुण्याचा विचार न करता प्रत्येक मुलीला सावध केलं असतं.'' रजनी त्वेषानं म्हणाली.
''तसं जर असतं, तर जगात लग्नं झालीच नसती. नुसतं बघून आणि चार मामुली प्रश्न विचारून लग्न जमवतात, हेच बरं आहे की नाही?''

मनोरमेनं चांगला प्रश्न विचारला.
''मी याचं योग्य उत्तर देऊ शकणार नाही. कारण मला काय सहन करावं लागत आहे, याची तुम्हाला कल्पना येणार नाही. जे दु:ख केव्हातरी संपणारं असतं, तेच दु:ख माणूस सहन करू शकतो. ज्या दु:खाला किनारा असतो, तेच दु:ख भोगून पार करता येतं–''
रजनी इतकं सुरेख बोलली की, झोपेचं सोंग झुगारून दाणकन दाद द्यावी, असं वाटलं. त्या मोहावरही मी मात केली.
''तुम्ही खरंच इतक्या निराश होऊ नका. एखाद्या नाजूक प्रसंगी माणूस कात टाकावी तसा बदलतो.''
''तो क्षण उगवेल असं मला वाटत नाही...''
''त्याचं काय म्हणणं असतं?''
''ते जर मला समजलं असतं, तर उपाय करणं सोपं होतं. काही मनासच येत नाही.''
''ऑफिस...?''
''नोकरी ठणठणीत आहे, पगार चांगला आहे... आर्थिक विवंचना असती तर मी एव्हाना जीव दिला असता. कामावर जातात, पण तिथंही हाच प्रकार चालू असतो. परवा तर हाताखालच्या माणसावर चक्क हात उगारला!''
''असं?''
''प्रकरण वरपर्यंत गेलं असतं तर बदली झाली असती, पण माणसं समजूतदार आहेत म्हणून निभावलं. घरी-दारी वागायची एकच तऱ्हा.''
''घरातली इतर माणसं काय म्हणतात?''
''माझ्या माहेरचं कुणी फिरकतच नाही. त्यांच्या घरातल्या माणसांना सगळंच माहीत आहे. त्यांना सगळ्यांना माझी कीव येते. त्याचाही मला त्रास होतो..''
''मिस्टरांना ते खपत नाही, म्हणून ना?''
''मी त्यांचा विचारच नाही करत. हातीपायी धडधाकट असलेल्या माझ्यासारख्या बाईला आपण कायम दयेचा विषय व्हावं हे आवडत नाही.''
–मनोरमेनं मग काही विचारलं नाही.
श्रीधरच्या अंगावरचं पांघरूण मधेच रजनीनं सारखं केलं.
''विचारणं बरं नाही, तरी विचारते–''
''मला काही वाटायचं नाही. सगळी उत्तरं तयार आहेत. त्याचप्रमाणं प्रश्न कोणते येतील, त्याचाही अंदाज आता बांधू शकते. घरातल्या सगळ्या मोठ्या माणसांनी एकदा एकत्र यावं, असंच ना?''
मनोरमेनं मान हलवली. मी हळूच पाहिलं.

''तेही प्रयोग झालेले आहेत. 'रजनीचं काय चुकतं?' - असा प्रश्न कुणीही विचारला, तर ते सरळ उत्तर देऊ शकत नाहीत. मग गप्पच बसतात, घुम्यासारखे. त्या तशा बैठकीनंतर सात-आठ दिवस बरे जातात. नंतर पुन्हा मूळ पदावर येतात.''

परिस्थितीचा अंदाज येऊन मनोरमा म्हणाली,

''असं असेल तर एकच उपाय आहे.''

''घटस्फोट ना? तोही मिळायचा नाही. तुझी मला मुळीच गरज नाही, असं दिवसाकाठी पन्नासदा ऐकवतील, पण घटस्फोट देणार नाहीत. शिवाय आपले कायदे फार वाईट आहेत. नवरा किंवा बायको व्यभिचारी असेल तर, नपुंसकत्व असेल तर... अशा रोखठोक कारणासाठी मायबाप सरकार आपली सुटका करतं. 'नवरा खूप तापट आहे' - या एकमेव विधानावर कशी सुटका होणार? - ज्या दुःखाची जात ठरवता येत नाही, ज्या संकटांचं रूप नावात व्यक्त करता येत नाही, तेच जास्त भीषण असतं, हे कायद्याला केव्हा कळणार? हिंमत असेल तर बदनामी पत्करायची आणि घर सोडायचं. हे धाडस कोण करणार?''

प्रश्न खरंच ज्वलंत होता. त्याला उत्तर नव्हतं. उत्तरादाखल प्रतिप्रश्नच होता. तो मनोरमेनं विचारला,

''काय करायचं ठरवलं आहे तुम्ही?''

''असह्य होईल त्या दिवशी...''

''छे, छे! असला विचारही मनात आणू नका. मुलासाठी...''

''या फसव्या पाशात गुंतणारी बाई मी नव्हे. रोज परमेश्वराची प्रार्थना करतेय की, वाटेल त्या मार्गानं माझी सुटका कर. मला सोडव. हे आता सहन होणार नाही. तुम्हाला काय सांगू, या तापटपणापायी मला एकही घर उरलेलं नाही. कोणत्या क्षणी, कुणाच्या देखत आपला अपमान होईल, हे सांगता येत नाही. मित्र नाहीत, शेजारी नाहीत, बाहेरच्या जगाशी काही नातंच नाही!...''

''एरवी काय करतात मग?''

''एरवी म्हणजे?''

''ऑफिस संपल्यावर?''

''ऑफिस संपलं की घर. घरून निघालं की ऑफिस. वाचनाचं वेड नाही. संगीताचं आकर्षण नाही. गप्पांचा छंद नाही. फिरायला जाण्याची आवड नाही. माणूस रिकामा असला की, काय करणार मग? माझ्या मागं मागं असतात. मी काय करते हे सतत पाहत राहायचं. काही चुकलं, सांडलं, लवंडलं की ओरडायचं.''

''कठीण आहे!''

''असे एक नाही, दोन नाही, आयुष्य असेतो दिवस काढायचे. आता हे दुखणं व्हायचं काही कारण नव्हतं. कहारी आणि आक्रस्ताळी स्वभावापायी जडवून

घेतलेलं दुखणं आहे हे. म्हणून म्हणते, ज्या दिवशी मी मरेन त्या दिवशी सुटेन...''

''असं म्हणू नका. मुलगा...''

''त्याचा आधार होता, पण आता त्याच्यातही जीव गुंतायचा नाही. तो पोरगाही आता माझा राहिलेला नाही..''

''असं कसं म्हणता?''

''त्याला कारण आहे. यांचा तापटपणा मी पचवीन; त्या धगीनं करपून गेले तरी पचवीन. पण तस्साच एक चालताबोलता जीव, हलके हलके त्याच वाटेवरून जातोय, हे विष पचवणं शक्तीबाहेरचं आहे.''

''काय सांगता काय...?''

''कामावर जाताना त्या एवढ्याशा जिवाला पढवून जातात. आई दिवसभर काय काय करते, कुठे जाते, कुणाशी बोलते, हे पाहायला शिकवतात. दिवसभर तो एवढासा जीव बापाच्या नजरेनं पाहत असतो. हे कसं सहन करू? दूध उतू गेल्यावर इलाजच नसतो, पण नजरेसमोर उतू जाणारं बघवेल का?...''

''त्यांच्या मनात तुमच्याबद्दल आणखीन काही आहे का?''

मनोरमेच्या या प्रश्नावर रजनी ठामपणे म्हणाली,

''त्यांच्या मनात तसा संशय स्वप्नातही यायचा नाही. तसे ते अगदी सरळ, सरळ आहेत.''

''नवल आहे मग! संगती लावणं कठीण आहे.''

रजनी पुन्हा स्वगताच्या स्वरात म्हणाली,

''संगती माझ्यापुरती मी लावलेली आहे. माणसाला काही ना काही छंद हवा. स्वप्नं हवीत. पुरी होणारी किंवा कायम अपुरी राहणारी. त्यातून तो स्वतःला हरवायला शिकतो. सापडायला शिकतो. हे 'हरवणं-सापडणं' प्रत्येकाचं निराळं असतं. पतिपत्नीचं एकच मत असलं तर संसारात स्वर्ग निर्माण होतो. तसं नसेल तर ते एकट्याचं असावं. हे त्यांच्या बाबतीत घडणार नाही. मग रिकाम्या मिळणाऱ्या वेळेचं काय? तो वेळ सैतानाचा. त्यातून मी सुटेन, असं मला वाटत नाही.''

रजनीची कहाणी एवढीशीच होती, पण तिला शेवट नव्हता, हे त्या कहाणीचं दुःख होतं. मानसशास्त्राचा कोर्स घेऊनही इथं उपयोग नव्हता.

या पोरीला ती अंगठीच मिळायला हवी होती.

खरंच, हिची सुटका कोण करील?-

कशी करील?-

उद्या सकाळी या दुर्वासाचं ऑपरेशन आहे.

त्यानंतरचा विचार भयानक होता. पण तो मनात आला होता. त्याचं अस्तित्व

नाकारणं शक्य नव्हतं.
हे ऑपरेशन फेल झालं तर? -रजनीच्या मनात एवढा भयाण विचार आला असेल का? वाटेल त्या मार्गानं सुटका हवी, असं मघाशी ती म्हणाली.
–'वाटेल त्या' शब्दाच्या यादीत हाही उपाय असेल का?

पहाट झाली आणि पळापळीला प्रारंभ झाला.
मी अर्धवट जागा, अर्धवट ग्लानीत. काही हालचाली समजत होत्या, काही नव्हत्या.
मधेच केव्हातरी त्याला कुणीतरी इंजेक्शन दिलं...
मधेच कुणीतरी तिला धीर देत होतं...
मधेच कुणीतरी रजनीची एका फॉर्मवर सही घेतली...
मधेच जाग आली, तेव्हा तो कुणावर तरी खेकसत होता...
मधेच केव्हातरी स्ट्रेचर आलं... आणि मग-
खोली भयाण शांत झाली...
मला मग डोळा लागला.
एक भयानक पण मी ठरवलेल्या स्वप्नानं मला जाग आली.
–श्रीधरचा संपूर्ण देह लाल शालीनं झाकलेला होता आणि खाली मान घालून सर्जन रजनीला सांगत होते,
"We tried our level best..."

मी खडबडून जागा झालो आणि समोरचं दृश्य पाहून शरमिंदा झालो.
खोलीचं दार लावलेलं होतं.
खोलीत मी एकटाच.
तिच्या दृष्टीनं गाढ झोपलेला, म्हणजेच खोलीत ती एकटीच.
खोलीभर उदबत्तीचा धूर पसरलेला.
श्रीधरच्या पलंगावर एक शंकराची तसबीर.
त्या तसबिरीसमोर वाकलेली रजनी.
चेहरा व्याकूळ.
आणि-
तोंडानं जप-
"देवा, त्यांना वाचव... त्यांना वाचव."

■

मला समजलंय

शहराझादनं गोष्ट संपवून विचारलं -
"गोविंदाच्या बायकोनं नानांना विचारलं, 'यात माझा का बळी? माझं काय चुकलं होतं?' - सखे दुनियाझाद, मला सांग, यात खुद्द गोविंदाचं तरी काय चुकलं होतं?" काही क्षण विचार करीत दुनियाझाद म्हणाली,
"ताई, ही सगळी कॉलेजमधून शिकणारी सुशिक्षित मंडळी. स्वतःच्या सुखासाठी दुसऱ्याचा बळी यांना देववतो तरी कसा?"
दुनियाझादच्या प्रश्नाला उत्तर न देता शहराझाद म्हणाली,
"आणि याउलट या सुशिक्षित, प्रौढ माणसांजवळ नसलेला समजूतदारपणा जेव्हा लहान लहान मुलांत आढळतो, तेव्हा तू त्याला काय म्हणशील?"
"तू कोणत्या तरी लहान मुलाबद्दल काही सांगू इच्छितेस का?"
बादशहाकडे पाहत, गालात हसत शहराझाद म्हणाली,
"तू बरोबर ओळखलंस."
"मग सांग ना! महाराजांची अनुमती आहे, असं समज."
ओठातली हुक्क्याची नळी दूर करीत बादशाहनं मान हलवून संमती दिली. शहराझाद म्हणाली,
"शर्मिलाची कथा मी तुला सांगते. मला अजयच्या मित्रानं सांगितली तशीच आणि त्याच्याच भूमिकेतून सांगते-"
दुनियाझाद सरसावून बसली आणि शहराझादनं प्रारंभ केला-
तीन दिवस झुंज देऊन अजयनं इथली यात्रा संपवली.
नाडी पाहण्यासाठी हातातच ठेवलेला अजयचा हात डॉक्टरांनी हलकेच खाली ठेवला. त्याच्या नाकातली ऑक्सिजनची नळी त्यांनी दूर केली. काय झालं असावं, हे समजून नर्सनं सलाईनची नळीपण काढायला सुरुवात केली. रबरी नळीला लावलेला चिमटा तिनं घट्ट केला. मधल्या काचेच्या नळीत ठिबकणारे थेंब तत्क्षणी थांबले. पायाच्या शिरेतली सुई काढून घेण्यात आली.

डॉक्टर माझ्याकडे पाहत पुटपुटले,

''आय ॲम सॉरी..''

त्यांना बरं वाटावं म्हणून मी म्हणालो,

''यू डिड युवर बेस्ट.''

खाली मान घालून डॉक्टर निघून गेले.

मी तोंडदेखलं बोललो नव्हतो.

डॉक्टरांनी खरोखरच शिकस्त केली होती. दिवसातून दोन-तीन नव्या नव्या डॉक्टर्सना ते सल्लामसलतीसाठी बोलवत होते. अजयला दाखल केलेल्या दिवशी आठ तास सतत कॉटपाशी बसून होते. सबंध दिवस ते जेवलेही नव्हते.

सार्वजनिक इस्पितळातील डॉक्टर, एका पेशंटकडं इतकं लक्ष देऊ शकतो, यावर माझा विश्वास बसला नसता एरवी.

इतकं करूनही यश मिळालं नाही.

कोणत्या तरी एका क्षणापर्यंत पेशंट डॉक्टरचा असतो; नंतर तो नियतीचा होतो. कोणत्या क्षणी तो आपला होणार आहे, हे नियतीला माहीत असतं. पण कोणत्या क्षणी तो आपल्या हातून निसटणार आहे, हे डॉक्टरला माहीत नसतं.

डॉक्टर व्हायचं म्हणजे या अन्यायाला तोंड देण्याची ताकद कमवावी लागते. अन्यायच हा.

कारण हा सामना 'आमनेसामने' होत नाही. दुःख पराभवाचं होत नाही; फसवणूक करून पराभव गळ्यात मारला जातो, याचं दुःख होतं. विजय नियतीचाच होणार असतो. तिला लबाड्या करण्याचं काय कारण असतं?

पेशंट एकाएकी सुधारल्याच्या खुणा दाखवतो.

–आणि हातोहात निसटतो.

आम्ही मग विझायला आलेल्या ज्योतीची उपमा देऊन गप्प बसतो.

कर्णाची बाजू अन्यायाची असतानाही, त्याला मरण ज्या परिस्थितीत आलं, त्याचं दुःख होतं.

प्रत्यक्ष भगवान कृष्ण पाठीराखा असताना, कर्णाचा शेवट या प्रकारानं करण्याची पाळी यावी?

डॉक्टरच्या हातून पेशंट निसटला की, असंच काहीतरी वाटतं.

अजयच्या बाबतीतही भूमीनंच चाक गिळायचा प्रकार झाला.

तीन दिवसांपूर्वी तो कामावर जात असताना एकाएकी स्कूटरचं मागचं चाक पंक्चर झालं. अजयचा तोल गेला. पस्तीस-चाळीस मैलांच्या वेगानं पळणारी स्कूटर आवरणं त्याला जमलं नाही.

मागून येणाऱ्या ट्रकखाली तो फेकला गेला. स्कूटर बाजूला फेकली गेली.

हेच जर उलट घडलं तर नुसत्या खरचटण्यावर अजय सुटला असता.
पण...
तशी मोठी जखम कुठंच नव्हती.
मेंदूत रक्तस्राव झाला होता. अजय तीन दिवस बेशुद्ध होता.
रात्रंदिवस डॉक्टर उशाशी होते.
आजचा दिवस उलटला की, धोका टळणार होता. तशी चिन्हं दाखवून, आम्हाला थोडासा दिलासा दाखवून नियतीनं आपलं खरं केलं.
संपूर्ण व्हरांडा संपेपर्यंत डॉक्टरांची मान वर झाली नाही. त्यांचे अगदी दोनच क्षणापूर्वीचे शब्द - 'आय ॲम सॉरी.'
मी म्हणालो- ''यू डिड युवर बेस्ट.''
या संवादाचा खरा अर्थ आता मेंदूपर्यंत पोहोचला.
''यू डिड...''
''डिड... म्हणजे 'डू' चा भूतकाळ डिड...''
म्हणजे... अजय गेला तर...!
क्षणापूर्वी तो इथं होता. या कॉटवर. या देहात. माझ्याजवळ आणि आता?...
त्याचा फक्त हात माझ्या हातात आहे, पण त्या हातात 'तो' नाही.
–हा हात आता आपल्याला पकडून शेकहँड करणार नाही.
–सिगारेट ऑफर करणार नाही.
–टाळी देणार नाही.
–आणि या हातानं तो आपल्याला आता मारणारही नाही.
स्कूटर चालवण्याचे धडे मी गिरवत असताना अजयच्या चापट्या खाल्ल्या होत्या. स्कूटर हे वाहन, रहदारीनं काठोकाठ भरलेल्या या मुंबईत मी चालवू लागलो, ते केवळ अजयमुळे. रस्त्यावरून चालणारा प्रत्येक पादचारी माझ्या स्कूटरखाली सापडण्यासाठीच फिरतोय, अशी माझी खात्री होती. माझ्यातला आत्मविश्वास जागा करण्याचं कार्य अजयनं केलं. त्याच्या हाताखाली मी महिन्याच्या आत तरबेज झालो. खटपटी-लटपटी करून त्यानं मला ड्रायव्हिंग लायसेन्सपण मिळवून दिलं. ड्रायव्हिंगमध्ये काही गफलत झाल्यानं अजय संकटात सापडेल, ही अशक्य कोटीतील घटना होती. इतका तो आदर्श ड्रायव्हर होता.
भूमीनं चाक गिळलं, म्हणूनच हे घडलं.
मनाची तयारी केली होती तीन दिवस, तरीसुद्धा प्रत्यक्ष ती दुष्ट घटना घडताच वहिनी बेशुद्ध झाल्या. सिस्टर धावली. डॉक्टरांना बोलावण्यात आलं. इतर नातेवाईक होतेच. वहिनी शुद्धीवर येताच त्यांना घरी नेण्यात आलं. अजयची डेड बॉडी घरी नेण्याची व्यवस्था करायची होती. त्यासाठी मला पुन्हा हॉस्पिटलमध्ये जायचं होतं.

वहिनींना घरी आणताक्षणी पुन्हा फीट आली. मला मात्र परत जायलाच हवं होतं. वहिनींना सोडून मी निघणार, तोच कानावर हाक आली,

"काकाऽऽ"

अजयची आठ-नऊ वर्षांची मुलगी, शर्मिला धावत आली. शेजारच्या घरी तिला काल झोपायला पाठवली होती.

मला मिठी मारीत तिनं विचारलं,

"मला आज नेणार ना?"

"कुठं जायचं?"

"पपांना बघायला."

"हो." ...येणारा हुंदका दाबीत मी म्हणालो.

त्याच क्षणी मनात विचार आला, यानंतरचा प्रसंग या पाखराच्या समोर घडता कामा नये. मी तिला चक्क कडेवर घेतली. शेजारी कर्णिकांच्या घरी गेलो. कर्णिकांना मी म्हणालो,

"मी हिला असाच माझ्या घरी नेतोय."

"What's the news?..." त्यांनी मुद्दाम इंग्लिशमध्ये विचारलं.

संयम टिकवण्याचा प्रयत्न करीत मी म्हणालो,

"He is no more."

कर्णिक सुन्न झाले.

"वहिनींना आत्ता आणलंय. She is unconscious. I want to take Sharmila away as early as possible."

"तुम्ही निघा. मी पाहतो सगळं."

शर्मिलाला घेऊन मी निघालो.

टॅक्सीत बसल्यावर तिनं विचारलं,

"काका, पपांकडे जायचं?"

"नाही राजा, आधी आपण आमच्या घरी जाऊ. मग मी एक महत्त्वाचं काम करून येईन. मग आपण जाऊ."

शर्मिला गप्प बसली.

शर्मिलाला घेऊन मी घरी जाताच विद्याला कल्पना आली.

"कधी..?"

"झाला एक तास."

न बोलता ती आत गेली.

शर्मिला चुपचाप बसून राहिली.

"इथं खेळायचं हं."

तिनं मान हलवली. तेवढ्यात शर्मिलाच्याच वयाची माझी मुलगी ऊर्मिला बाहेर आली. शर्मिलेला पाहताच तिची कळी खुलली.

"केव्हा आलीस?"

"आत्ताच तर आले."

"इथे राहणार?"

शर्मिला काही उत्तर देणार, तेवढ्यात ऊर्मिलेनं माझ्याकडं मोर्चा वळवला.

"अप्पा, हिला आपल्याकडं राहू दे ना आज."

"म्हणूनच तिला आणलं आहे."

टाळ्या वाजवत, पळता पळता ऊर्मिला म्हणाली,

"मी आईला सांगते."

शर्मिला गॅलरीत गेली.

–तेवढ्यात ऊर्मिला बाहेर आली.

"अप्पा, आई पाहा रडतेय!.."

मी ऊर्मिलेला गप्प बसायची खूण केली. तिला आतल्या खोलीत घेऊन गेलो. जागा झालेला असूनही सुदर्शन लोळत पडला होता. मी ऊर्मिलेला म्हणालो,

"शर्मिलेला काही सांगायचं नाही. तिला आज सांभाळायचं."

"काका कसे आहेत?"

"काका गेले बेटा आपल्याला सोडून..." सांगता सांगता माझ्या डोळ्यांत पाणी आलं. सुदर्शन ताडकन उठून बसला. ऊर्मिलानं मला मिठी मारली. मी एकदम मन आवरलं. मुलांना म्हणालो,

"तिला काहीही पत्ता लागू देऊ नका, सांभाळा तिला. भांडू नका. मी जाऊन येतो."

"अप्पा, काका आत्ता कुठं आहेत?"

"सगळं मग सांगेन. शर्मिला आहे तोपर्यंत आता हा विषय काढायचा नाही."

तसाच मी स्वयंपाकघरात गेलो. विद्या ओट्याजवळ बधिर अवस्थेत उभी होती. गॅसवर दूध होतं. सणसणीत तापून ते वर आलं होतं.

पण गॅस बंद करण्याचं तिला भान नव्हतं.

मी गॅस बंद केला. विद्यानं हुंदका दिला.

"विद्या, मन आवर. त्या पोरीला पत्ता लागू देऊ नका. मी जाऊन येतो.."

शर्मिलाला घरात सोडून मी बाहेर पडलो. सगळ्या गोष्टी आटोपेपर्यंत अकरा वाजले. पहाटे पावणेसहा वाजता अजय गेला.

–पाच तासांच्या अवधीत तो देहानंही राहिला नाही या जगात.

चौतीस वर्षांची जीवनयात्रा पाच तासांत संपली.

घरी आलो, तर ऊर्मिलेनं शर्मिलाचा संपूर्ण ताबा घेतला होता.

ऊर्मिला आणि शर्मिला ही जोडीच होती. दोघींना एकमेकींचा ओढा होता. अजयनं मुलीचं नाव मुद्दाम शर्मिला ठेवलं होतं. दोघी बरोबरीनं बागडतील, वाढतील असं तो म्हणायचा. आत्ता दोघीजणी पोट धरून हसत होत्या. सुदर्शन काहीतरी नकला, हावभाव करून हसवीत होता. ते पाहिल्यावर मला बरं वाटलं.

अंघोळीसारखी अंघोळ.

तीच बादली, तपेली, साबण, पाणी, सगळं तसंच - तेच. पण आजच्या अंघोळीचा अर्थ कितीतरी निराळा होता.

भयाण होता.

विद्यानं पान घेतलं.

''विद्या, खरंच इच्छा नाही!..''

''सगळं माहीत आहे... तरी घासभर खाऊन घ्या. तीन दिवसांचं जागरण, मानसिक ताण, धावपळ -सगळं माहीत आहे. घासभर जेवा.''

जेवणाचं नाटक करून बाहेर आलो.

तेवढ्यात ऊर्मिला बाहेर आली.

''अप्पा-''

''बोला.''

''मी माझी बाहुली शर्मिलाला देणार आहे.''

''कुठली?''

''परवा वाढदिवसाला आणली ती.''

''त्या दिवशी तुला दोन बाहुल्या मिळाल्या ना?''

''त्यातली मोठी. किल्ली दिली की चालणारी.''

''ती पस्तीस रुपयांची?''

''हो.''

''ती कशाला, दुसरी दे.''

''अप्पा, तुम्हीच तर सांगता की, दुसऱ्याला नेहमी चांगली वस्तू द्यावी म्हणून...'' आणि अप्पा, मी तिला हे सांगितलंसुद्धा!''

''हात्तिच्या! मग आता काय प्रश्न आहे?''

''अप्पा, तुम्हाला न विचारता मी असं वागले, हे माझं चुकलं हे मला माहीत आहे, पण-''

मी ऊर्मिलाकडं नुसतं पाहिलं.

''रागावलात?''

''मुळीच नाही.''

''सुदर्शन म्हणतो, आता अप्पांचं फायरिंग खा.''

मी गप्पच राहिलो.
"मी तिला सांगणार होते की, अप्पा तुला पुढच्या महिन्यात अशीच बाहुली आणून देतील. पण मग तुम्ही म्हणाला असतात, परवडणार नाही. मग तुमची किती पंचाईत झाली असती!..."
मला हसायला येणार होतं, ते तिनं ओळखलं असावं.
उत्साहानं ती म्हणाली,
"–म्हणून मी होती तीच दिली."
"दुसरं काहीतरी द्यायचं." - मी म्हणालो.
थोडा वेळ गप्प राहून ऊर्मिला म्हणाली,
"तिला तरी आपल्याशिवाय कोण आहे द्यायला?"
मी लगबगीनं म्हणालो,
"बरं, बाई! तुला काय द्यायचं असेल ते दे, पण असं काही बोलू नकोस. ती ऐकेल."
ऊर्मिला अतिशय धोरणी. तिला हवं ते केल्याशिवाय ती राहत नाही, पण ती आम्हाला असं भासवते की, आमच्या सांगण्यावरून तिनं हे सगळं केलेलं आहे. गोड बोलून तुम्हाला ती 'हो' म्हणायला लावते. आपल्याकडून 'होकार' गेल्यावर आपण कशाला 'हो' म्हटलं हे आपल्याला समजतं.
एक जुनी गोष्ट.
सुदर्शनला मी माझं रिस्टवॉच दिलं. बक्षीस म्हणून.
ऊर्मिला माझ्याजवळ आली.
"अप्पा..."
"बोला."
"मी सुदर्शनएवढी झाले की, मला खरं घड्याळ घ्याल?"
"जरूर."
"मग आज खोटं घड्याळ घेता?"
मला दीड रुपया घालवावाच लागला!
सुदर्शन त्या मानानं हळवा.
जास्त हिशेबी. आर्ग्युमेंट्स करणारा.
आजही तेच झालं.
ऊर्मिला तक्रार घेऊन आली. पाठोपाठ सुदर्शन.
"अप्पा, मी म्हणते ते बरोबर आहे की नाही, सांगा!"
"काय?"
"दादाजवळ पाच बॉलपेन्स आहेत. त्यातलं त्यानं एक शर्मिलाला द्यायला हवं की,

नाही?''
मी सुदर्शनकडं पाहिलं.
''तिनं मागितलेलं नाही.''
''असं कुणी मागतं काय? आणि मागितल्यावर कुणीही देईल!'' ऊर्मिला तावातावानं म्हणाली.
''ऊर्मिले, तू चूप बस. तिला द्यायचं की नाही, हे तू कोण ठरवणार?''
''मीच ठरवणार.''
''का म्हणून?''
''तू माझा दादा आहेस आणि माझा तुझ्यावर अधिकार आहे म्हणून.''
''माझ्यावर असेल, माझ्या वस्तूंवर नाही.''
''तुझ्या वस्तूंसकट तू माझा आहेस.''
''तिला बॉलपेन दिलं तर ती काय करणार आहे?''
''ते तिला ठरवू दे. तू कशाला ठरवतोस?''
मधे पडायला हवं होतं म्हणून मी त्यांना थांबवलं.
''ऊर्मिला, तुला जे काय द्यावंसं वाटलं ते तू दिलंस. त्याला वाटलं तर तो देईल.''
''अप्पा, मी देईनसुद्धा; पण तिला त्याचा काय उपयोग आहे?''
''तिला आता दुसरं कोण...''
''ऊर्मिला, मी तुला मघाशीच बोललोय, असं काही बोलायचं नाही म्हणून.''
''अप्पा, ही म्हणते, काका गेले म्हणून दे... तिला बरं वाटेल. पण अप्पा, तिला एकदा सगळं समजल्यावर या वस्तूंनी तिचं काय समाधान होणार आहे?''
''तुम्ही दोघंही असली चर्चा करू नका. तिला समजेल असं वागू नका. उर्मिला, तू दादावर जबरदस्ती करू नकोस.''
''पण मी काही चुकीचं सांगतेय का?''
''चुकीचं नाही, पण तरीही नको सांगूस.''

दुपारी आम्ही बाहेर पडलो. विद्याला मी अजयच्या घरापासून अर्ध्या फर्लांगावर सोडलं आणि तीनही मुलांना घेऊन मी सरळ एम्पायरला लॉरेल हार्डीच्या सिनेमाला गेलो.
थिएटरबरोबर हास्यरसात तिन्ही मुलं बुडून गेली.
मी अजयच्या आठवणीत बुडून गेलो...
शर्मिलेवर अजयचा किती जीव होता, हेच आठवत राहिलं. आईपेक्षा तिचा ओढा बापाकडंच. अगदी परवा-परवापर्यंत अजय तिला गमतीनं भरवायचा. अजयच्या स्कूटरचा आवाज ऐकून ती पोरगी उगीचच चार-चार जिने उतरून खाली यायची.

खूप लाडावलेली, खूप हट्टी अशी काहीशी शर्मिला-
"यांनी डोक्यावर चढवली आहे..." वहिनी रागावून म्हणायच्या.
"तुम्ही एवढ्या का रागावता?" - मी विचारीत असे.
"तिला त्यामुळे गर्दी वाटते." अजय म्हणायचा.
रागावलेल्या वहिनी लगेच हसायच्या.
शर्मिलेला खरंच काय वाटेल?...
आता दर रविवारची स्कूटर रपेट संपली.
वाढदिवसाचा थाट संपला.
रिबिन्सचा रतीब संपला.
जॉय आइसक्रीमची भेट संपली.
भातुकलीच्या डावातला 'पाहुणा कलाकार' अजय - तो अवतार संपला.
मोठमोठ्यांदा गाणी म्हणणं, गावाच्या भेंड्या लावणं, फोटो काढणं, ट्रिप असेल तेव्हा शाळेत पोहोचवणं, गॅदरिंगच्या वेळी शर्मिलाला फॅन्सी ड्रेस कॉम्पिटिशनचा नवा पोशाख... सगळं सगळं संपलं..!
अजय म्हणजे अक्षय वाहता झरा होता.
आणि शर्मिला त्या धारेत सतत आठ वर्षं चिंब होत होती. सारखी त्या झोतातच होती.
काठावर कधी आलीच नाही.
मीही सच्चा मित्र गमावला होता.
त्याचे माझे विषय, हे त्याचे माझेच होते.
मतभेद, आवडनिवड, विषय, वेड दोघादोघांतच बांधलेलं असतं.
मित्राचा मृत्यू हा तेवढ्या आयुष्यापुरता आपलाच मृत्यू असतो.
पुढं अनेक भेटतील.
पण अजय भेटणार नाही.
आज मी अजयसारखा होणार होतो. शमावर तो जसा वात्सल्याचा वर्षाव करायचा, तो सगळा वर्षाव मी करणार होतो.
हवा तो गायक मैफिलीला मिळाला नाही की सही न् सही तसाच गाणारा गायक जवळचा वाटतो, तसं.
शर्मिलेला काही माहीत नव्हतं ते बरं होतं.
अख्खं थिएटर खदखदत होतं.
मी तेवढ्या वेळात रडून घेतलं.
सिनेमा सुटताच आम्ही हॉटेलात गेलो.
"शमा, तू काय घेणार?" - मी अजयचा शब्द वापरला.

“मला काही नको.”
“वा, असं कसं?”
शर्मिला गप्प होती. तिला आवडणारा पदार्थ मी मागवला. ती मनापासून हसली. तिघंही पदार्थांवर तुटून पडले. खाता खाता, नुकत्याच पाहिलेल्या सिनेमातले प्रसंग एकमेकांना पुन्हा पुन्हा सांगत होते. खळखळा हसत होते. सुदर्शन नकला करून दाखवत होता. त्याला ते चांगलं साधतं.
अंगविक्षेप, हावभाव आणि आवाज तिन्ही प्रकारच्या अभिनयावर त्याची हुकमत आहे. एकदा पाहिल्यावर त्याच्या लक्षातही खूप राहतं. त्याच्या एकपात्रीमध्ये तो आता एवढा रंगला की, हॉटेलातली इतर काही गिऱ्हाइकंही त्याच्याकडं मन लावून पाहत होती. शमाला गुंगवायचं म्हणून तो आटापिटा करीत होता.
शमाचं हसणं माझ्या काळजावरून प्रत्येक क्षणी सुरी फिरवत होतं. या निष्पाप लेकरावर मधेच हा असा वार करायचं, नियतीलाही काही अडलं होतं का?
एखादी व्यक्ती जेव्हा अकारण या जगाचा निरोप घेते, तेव्हा नियतीनं केलेला मला तो सरळ-सरळ खून वाटतो.
तऱ्हेवाईकपणाचा आरोप माणसावरच कशाला करायचा? नियतीकडूनच तो हे धडे घेतो.

सिनेमा झाला.
हॉटेल झालं.
आता यांना कुठं रमवावं, हे मला कळेना. तसा मी स्वभावानं ‘मुलात मूल’ वगैरे मुळीच नाही. मुलांना बागेत नेऊन त्यांच्याबरोबर पळापळी करून ‘देह कष्टविणं’ हे मला साधलं नाही किंवा चौपाटीवर वगैरे जाऊन वाळूत पाय अडकवून घेण्यासारखे योगही जमले नाहीत. म्युझियम, सर्कस, राणीचा बाग, मत्स्यालय इत्यादी वस्तूंना, ‘गिरगावला टांग मारून’ जाणाऱ्या ट्रॅमसारखा वागवून मी जात असे. ‘करी मनोरंजन जो मुलांचे’ वगैरे वगैरे करून देवाशी नातं जोडण्याची माझी महत्त्वाकांक्षा कधीच नव्हती. आता काय करावं, या विचारात मी असतानाच सुदर्शननं माझी सुटका केली.
“अप्पा, आपण आता ‘गेट वे ऑफ इंडिया’वर जाऊ या का?”
“अवश्य.”
आम्ही ‘गेट वे’वर गेलो.
लाँचमधून फेरी मारण्यासाठी रांगेत उभे राहिलो.
खाली पाणीच पाणी, वर आकाश.
तुमची मन:स्थिती असेल, त्याप्रमाणे या गोष्टी तुम्हाला भयाण किंवा आल्हाददायक

वाटतात. अमर्याद समुद्र किंवा विशाल आकाश या दोन्ही निसर्ग-चमत्कारांचं आज मला मुळीच कौतुक नव्हतं.
माझ्या अजयचा आज खून झाला होता.
मुलं मजेत होती.
शमाला रमवायचं आहे, याची कुठंतरी थोडीशी जाणीव सुदर्शनच्या चेहऱ्यावर मधूनच दिसायची. तिला तो लगेच हसवायचा प्रयत्न करायचा. स्वत:ला प्रत्यक्ष खार लावून न घेता तो मुलांना छान रमवतो.
उमा आणि शमा दोघी मजेत होत्या.
लाँच पुन्हा किनाऱ्याकडं कधी वळते याचा पत्ता कधीच लागत नाही. आजसुद्धा समजलं नाही.
गप्पागोष्टी करीत आम्ही चर्चगेटकडे निघालो.
फुटपाथवर मांडलेल्या रंगीबेरंगी स्टॉल्समुळे आमची पदयात्रा दहा-दहा, पंधरा-पंधरा फुटांवर थांबत होती.
काही अनावश्यक वस्तूंची खरेदी झाली.
ज्या वस्तू आत्तापर्यंत माहीतही नव्हत्या, त्या जर घेतल्या गेल्या नाहीत तर भविष्यकाळच उरला नाही -असे चेहरे करीत सुदर्शननं आणि ऊर्मिलानं माझा खिसा हलका केला. शर्मिलेसाठीपण खरेदी झाली.
आम्ही घरी पोहोचण्याआधी विद्या परतली होती.
तिचा सगळा दिवस अजयच्या घरी सांत्वनाचा निष्फळ प्रयत्न करीत संपला होता.
मुलांना त्यांच्या खोलीत पिटाळून आम्ही वारंवार अजयबद्दल बोलत राहिलो.
रात्री ऊर्मिलानं तिच्याऐवजी शर्मिलाला माझ्या कुशीत झोपायला लावलं. सबंध दिवसात शर्मिलानं अजयचं नाव काढलं नाही. मला बरं वाटलं. एक दिवस का होईना, मी तिचं त्या बातमीपासून रक्षण केलं होतं. उद्या सकाळी तिचे आणखीन कपडे आणायचे होते. आत्ता तिच्या अंगावर ऊर्मिलेचे कपडे होते.
पहाटेच जाग आली.
गाढ झोपलेल्या शमाकडं मी पाहत बसलो.
सकाळ केव्हातरी होणारच होती... त्याप्रमाणं ती झाली.
मुलं क्रमाक्रमानं उठली.
चहा-कॉफी झाली.
शर्मिलानं विद्याकडून वेणी घालून घेतली आणि अपेक्षा नसताना समोर येऊन बसली.
''काय बेटा, झोप चांगली लागली होती का?''
तिनं मान हलवली.

''मी आता तुझे कपडे घेऊन येतो, तुझ्या आईकडून.''

''नको, काका.''

''का गं, राजा?''

''मला घरी जायचंय.''

आम्ही सगळ्यांनी आग्रह केला, पण ती राहायला तयार होईना. मग मी तिला तयारी करायला सांगितलं.

ऊर्मिलानं तिच्यावर खेळण्यांचा जणू वर्षाव केला. त्याचीच एक पिशवी भरली.

शर्मिलानं मला वाकून नमस्कार केला.

नंतर विद्याला केला.

विद्या म्हणाली,

''बेटा, देवाला नमस्कार करावा. त्याला केला की, सगळ्यांना पोहोचतो-''

शर्मिला ताठ उभी राहिली. तिचा बालिश, निरागस चेहरा बदलला.

''मी देवाला नमस्कार करायची नाही.''

''का गं, राजा?''

माझा प्रश्न पुरा व्हायच्या आतच तिनं तळव्यात तोंड लपवून जोराचा हुंदका दिला. आम्ही दोघांनी तिला जवळ घेतली.

''राजा, काय झालं?''

ती जोरजोरात रडायला लागली.

''बब्या, काय झालं?''

''मला... मला... सगळं... सगळं... समजलंय.''

एवढं जेमतेम बोलून तिनं टाहो फोडला. दोन्ही मुलं 'आम्ही तिला काही सांगितलं नाही-' अशा खुणा करू लागली.

ऊर्मिला तर तिच्या बरोबरीनं रडायला लागली.

बऱ्याच वेळानंतर ती शांत झाली.

''तुला कुणी सांगितलं?''

''कुणी नाही.''

''मग कसं समजलं?'' - विद्यानं विचारलं.

''कालच समजलं.''

''कसं?''

तिला हुंदक्यावर हुंदके यायला लागले. शब्द फुटेना. तरीही ती हुंदके देत बोलत राहिली.

''काल... तुम्ही... इकडं... आणलंत... तेव्हाच... मला... समजलं. पपाऽऽ''

तिनं पुन्हा हंबरडा फोडला.

पुन्हा ती हळूहळू गप्प झाली.

हुंदके देत सांगायला लागली-

''आमचे... देशपांडे... देशपांडे... काका वारले, तेव्हा त्यांच्या मुलाला... मुलाला... रवींद्रला... असंच आम्ही एक दिवस... आमच्या घरी... आणलं होतं... असंच फिरायला गेलो... गंमत के... पपा...पऽऽपाऽऽ''

■

जिद्द

रविवारी मी नऊ वाजल्याशिवाय उठत नाही, पण आज रविवार असूनही सकाळी सात वाजताच वीणेने मला हलवून जागं केलं.
"मामंजी आलेयत. उठा लवकर!" ती म्हणाली.
चरफडतच मी उठलो. एकतर माझी झोपमोड झाली होती आणि तीसुद्धा ज्या व्यक्तीबद्दल मला आदर उरलेला नव्हता, अशा व्यक्तीसाठी. गेल्या चार-पाच वर्षांत दादा माझ्या घराची पायरी कधी चढले नाहीत. मी स्वतंत्र बिऱ्हाड केल्यापासून आज प्रथमच ते माझ्या घरी येत होते. आईकडे माझं जाणं-येणं आहे. ती पण माझ्याकडे आठ-पंधरा दिवस येऊन राहते. वीणेचं आणि तिचं चांगलं पटतं. आमचं -खरं म्हणजे माझं एकट्याचचं -भांडण आहे ते दादांशी -माझ्या वडिलांशी! मी स्वतंत्र राहायला लागल्यापासून दादा आज प्रथमच माझ्या घरी आलेले होते आणि मला ते आवडलं नव्हतं. तरी आज सगळा असंतोष गुंडाळून ठेवून त्यांची भेट घेणं भाग होतं. कारण आई आजारी असल्याचं काल वीणा सांगत होती. तिनं काल आईला औषधही नेऊन दिलेलं होतं. असंच काही विशेष असेल म्हणून दादा आले असावेत... दादांच्या चेहऱ्यावरून त्यांची व्यग्र मन:स्थिती दिसून येत होती, पण तसं चेहऱ्यावर न दर्शविता मी त्यांच्याकडे नुसतं प्रश्नार्थक नजरेनं पाहिलं. माझ्या नजरेला नजर न देता दादा म्हणाले,
"मला थोडे पैसे हवे होते..."
"किती आणि कशाकरता?" स्वरांत मार्दव न येण्याची खबरदारी घेत मी विचारलं.
"पंधरा तरी हवेतच... तुझ्या आईच्या औषधासाठी."
– दादा बेधडक खोटं बोलत होते. त्यांच्या हातांना कंप सुटला होता. पहिल्यांदाच खोटं बोलताना माणसाचा चेहरा कसा कावराबावरा होतो, तसे ते दिसत होते. माझ्या आठवणीत दादा आज प्रथम खोटं बोलत होते -तेही पंधरा रुपयांकरिता. माझ्या कल्पनेपेक्षा गेल्या तीन-चार वर्षांत दादा खूपच 'खाली' आले होते.
एकूण मला त्यांची आणखीच चीड आली. तरी मी शांतपणे म्हणालो,

"आईला औषध काल मिळालंय."
काहीसा निश्चयी चेहरा करीत दादा म्हणाले, "खोटं कारण सांगून पैसे मागायचा हेतू होता माझा. पण आजवर तसं कधी केलेलं नसल्यामुळे तेही जमलं नाही. आता स्पष्टच सांगतो, डर्बीचं तिकीट काढायला मला पैसे हवे आहेत."
मी त्यांच्याकडे रोखून पाहिलं.
त्यांना त्याचं काहीच वाटलं नाही. रेल्वेचा पास काढायला जेवढ्या बिनदिक्कतपणे एखाद्यानं पैसे मागावेत, तसेच दादा डर्बीचं तिकीट काढायला पैसे मागत होते. छद्मी स्वरात मी त्यांना विचारलं,
"तुमची जिद्द संपली नाही तर अजून!"
"ती लॉटरी लागेपर्यंत संपणार नाही-" दादा उत्तरले.
"त्यात काही अर्थ आहे का पण?"
"अर्थ नाही, हे मला माहीत आहे." दादा उत्तरले, "पण सबंध आयुष्यभर मी ज्याचा पाठपुरावा करीत आलो, तो नाद तुझ्या एकदोन छद्मी वाक्यांनी या वयात कसा सुटेल?"
दादांनी माझा सूर ओळखला होता.
मी आणखीनच चिडून म्हणालो, "मलाच तुम्ही प्रश्न करता? गंमतच आहे! तुमच्या नशिबात पैसा असता, तर तुम्ही पहिल्यांदा तिकीट घेतलंत तेव्हाच तो तुम्हाला मिळाला असता. दुसऱ्याकडे तिकिटासाठी पैसे मागायची पाळी तुमच्यावर आली, यातच तुमचं नशीब काय आहे ते समजा!"
मला वाटतं, आता दादा गप्प बसतील. पण माझ्याकडे शांतपणे बघत ते म्हणाले, "ज्या मोटार ट्रान्सपोर्ट कंपनीत तू मानापमान गुंडाळून ठेवून, लाचारीचं जिणं पत्करून मॅनेजर म्हणून मिरवतो आहेस, त्या कंपनीच्या मालकांना या सदाशिवरावाची जिद्द आणि नशीब काय आहे ते विचार!... माझ्या घरातल्या मंडळींना ते समजलं नसलं तरी त्यांना ते समजलं आहे! आणि त्याहीपेक्षा सांगतो, अविश्रांत कष्टाची फळंसुद्धा ताबडतोब मिळत नाहीत. मग पहिल्याच तिकिटाला नंबर लागला असता, हे तुझं बोलणं तर अगदीच हास्यास्पद आहे... तिथंही योग्य तेवढा वेळ जावाच लागतो."
"सबंध आयुष्य संपायची वेळ आली तरी तुमच्या मते अजून योग्य वेळ गेलेला नाही तर!" मी तीव्र स्वरात विचारलं.
"अगदी बरोबर. मिळाले तर एकदम लाखांनी मिळतील!"
"वयाच्या विसाव्या वर्षापासून हेच ऐकत आलोय मी. त्या एका नादापायी आईचं आणि तुमचं कधी पटलं नाही. मी तर निराळाच राहतो... याचं तुम्हाला काहीच वाटत नाही?" मी म्हटलं.

“या मला माहीत असलेल्याच गोष्टी तू का ऐकवतो आहेस? माझा हट्टीपणा ही काही आता नवीन गोष्ट राहिलेली नाही. पैसे नाहीत म्हण की, मी चाललो.”
“ठीक आहे! डर्बीचं तिकीट काढायला माझ्याकडे पैसे नाहीत!” मी करारी स्वरात म्हटलं, “तुमच्या अंगावरचे कपडे फाटायला आलेयत, कोटाची अवस्था बघवत नाही; धोतरं घ्यायला झाली आहेत-”
“उद्या सात लाखाचं बक्षीस मिळालं तरी या अवस्थेत बदल व्हायचा नाही! पैशावर माझा डोळा कधीच नव्हता आणि राहणारही नाही. मला फक्त विजय हवा आहे.” दादा उत्तरले, “झुंज हवी आहे!”
“अहो, पण ती कुणाबरोबर?”
“माझ्या दैवाबरोबर! आता त्याच्याशीच झगडायचं राहिलं आहे. तुल्यबळ शक्तीत झुंज झाली तर काय आश्चर्य? सामना जिंकला जाणार नाही अशी खात्री असूनही जो आखाड्यात उतरतो-”
“तो मूर्ख असतो!” मी मधेच म्हटलं.
“कबूल. आतापर्यंत जर मला बक्षीस लागलं असतं, तर माझ्या मूर्खपणाचे जाहीर जयजयकार झाले असते. कारण मग तो व्यवहार ठरला असता! पराजित झालेला नेहमी मूर्खच असतो.”
“अशा विचारसरणीच्या माणसानं मग पाशात तरी गुंतू नये-” मी म्हटलं.
“अरे पोरा, मूर्खपणातही बायको साथ देईल या अपेक्षेनं मी पाश निर्माण केला. त्यात मी सुधारावा हा हेतू नव्हताच!” दादा म्हणाले.
“म्हणूनच अशी अवस्था प्राप्त झालीय.” मी म्हटलं.
“होय, पण ती झगडण्यामुळे आली आहे. अभिमानाची बाब आहे ती. दुबळेपणानं दास तर नाही ना झालो मी?”
“ही अवस्था कशाची द्योतक आहे मग? जाऊ दे म्हणा! मी उगीचच वाद घालतोय तुमच्याशी, मला तुमची मतं कधीच पटली नाहीत.” मी म्हटलं.
“तुला ती पटावीत असा माझा बिलकूल आग्रह नाही. प्रत्येक माणसाला इतरांच्या दृष्टीनं चुकीची का होईनात, पण स्वत:ची अशी ठाम मतं असावीत. त्या मतांसाठी त्याला काहीही करावंसं वाटावं. मी जेवढा हट्टी आहे तेवढाच तूही आहेस, याचा मला अभिमान वाटतो.” दादा म्हणाले.
–हा शोध माझ्या दृष्टीनं अगदी नवीन होता. मीपण हट्टी आहे?... आणि ते दादांनी मला दाखवून द्यावं? त्याहीपेक्षा त्यांना या गोष्टीचा अभिमान वाटावा? आश्चर्य आहे! त्यांच्या हट्टीपणाचा मला उबग आला होता आणि माझ्या हट्टीपणाचं त्यांना कौतुक वाटत होतं.
माझ्यावर पुन्हा चकित होण्याचा प्रसंग आला होता. मला तसंच आश्चर्यात सोडून

दादा निघून गेले.

बाकी, दादांकडून आश्चर्यात पडायची वेळ माझ्यावर ही पहिल्यांदाच आलेली नाही. पूर्वायुष्यात त्यांनी अनेक धक्के खाल्ले आहेत आणि वेळोवेळी आम्हालाही दिलेले आहेत. जिद्दीला पेटणं हा दादांच्या स्वभावाचा स्थायीभावच आहे. कुणीही त्यांना आव्हान द्यावं आणि त्यांनी ते स्वीकारावं, याच- याच जिद्दीपायी आपल्या वडिलांशी भांडून दादांनी स्वत:ला पसंत असलेल्या मुलीशी लग्न केलं, तसल्याच जिद्दीपायी चांगल्या पगाराची नोकरी सोडून धंद्यात उडी घेतली होती. एक व्यापारी मित्र चेष्टेनं, 'महाराष्ट्रीय लोकांनी काय व्यापार करावा!-' असं म्हणतो काय आणि दादा नोकरी सोडून स्वत: कापडाचे गठ्ठे डोक्यावर घेऊन हिंडतात काय- सगळंच और! करायचं म्हणजे करायचं! वेळ आली तर तुकडा मोडून द्यायचीही तयारी! पण लाचारी नाही, भीक मागायची वृत्ती नाही- आणि लोकांना नेमकं हेच खपत नाही. दादांनी मनावर घेतलं नाही, तरी चटके ते चटकेच! त्यांची धग मला अन् आईला लागल्याशिवाय कशी राहणार? तरी मला कौतुक वाटतं ते आईचं. दादांचा हा स्वभाव आईनं नुसताच जोखला नव्हता, तर जोपासलाही होता. 'हे असं का?' हा प्रश्न माझ्या आठवणीत आईनं दादांना कधी विचारलाच नव्हता. तिच्या मनाची सारी तडफड, अंत:करणातला आवेग दादा घरात नसताना माझ्याजवळ उघड व्हायचा, पण त्यातही दादांबद्दल तिरस्कार नसायचा.
दादांवर चिडताना मी आईला एकदाच पाहिलं. वेळही तशीच होती आणि कारणही तसंच होतं. दादांना धंद्यात मोठ्या प्रमाणावर खोट बसलेली होती. त्यांच्याजवळ धडाडी होती; 'करीन ती पूर्व' अशी जिद्द होती; पण धंद्यात लागणारे छक्के-पंजे नव्हते आणि असले तरी वापरायची इच्छा नव्हती. पहिल्याच धडाक्यात चार-पाच हजारांचा व्यापार- केवळ खांद्यावर गठ्ठे वाहून- करून त्यांनी आव्हान देणाऱ्यांचं तोंड बंद केलं ते निराळं. पण चांगलं न बघवणाऱ्या माणसांशी गाठ पडल्यावर डबघाईला यायलाही वेळ लागला नाही. त्यातूनही दादांनी खोऱ्यानं पैसा ओढला असता; पण डावपेच लढवून करावा लागणारा उद्योग त्यांना नको होता.
आपण व्यापारातही कमी नाही, हे मित्राला दाखवून दिल्यावर ते गप्प बसले. परिणाम एवढाच झाला की धंदाही गेला आणि नोकरीही गेली! दादा घरीच राहू लागले; तासन्तास विचार करू लागले, पण ते हादरले आहेत किंवा त्यांचा आयुष्याचा हिशेब चुकला आहे, असं त्यांच्या चेहऱ्यावर कधीच दिसलं नाही. ते कधी लाचार झाले नाहीत.
–त्यांच्याकडे पाहिल्यावर मग मात्र असं वाटायचं की, या माणसाचा जन्म केवळ जिद्दीसाठी झाला आहे. या माणसानं नोकरी करू नये, धंदा करू नये, पोटापाण्याच्या

व्यवसायात रक्ताचं पाणी करू नये, -फक्त जिद्द करावी!
पण तसं कधी घडत नाही. सगळी सोंगं आणता येतात; परंतु पैशाचं सोंग आणता येत नाही. त्यात आईचं आजारपण, माझी परीक्षा, दादांची बेकारी यांची भर. दादा स्वस्थ कधीच बसले नाहीत; त्यांची काही ना काही धडपड नेहमी चालायची, पण नियमित नोकरीची गोष्ट निराळी आणि कधीमधी दिसणारे पैसे निराळे. त्यात पुन्हा ते कसल्यातरी जिद्दीला पेटून नवीन काही भानगड उपस्थित होत नाही ना, ही चिंता आम्हाला असायची.
—तर काय सांगत होतो? हां!.. आईला चिडलेलं पाहिलं तेव्हाची गोष्ट.
आजारपणामुळे आई अंथरुणावर पडून होती. तिला पोटाचा काहीतरी विकार होता. शस्त्रक्रियेशिवाय तो बरा होणार नव्हता. माझी मॅट्रिकची परीक्षा जवळ आली होती. अभ्यास सांभाळून स्वयंपाकपाणी पण मलाच बघावं लागत होतं. त्या दिवशी दादा बाहेर जायला निघाले, तेही रात्रीचे. सकाळपासून आईची मन:स्थिती ठीक नसावी. बाहेर जाताना 'कुठं' म्हणून विचारू नये, हा संकेत झुगारून देऊन तिनं दादांना विचारलंच.
''पत्ते खेळायला जातो आहे...'' दादांनी त्यावर उत्तर दिलं.
दादांनी दिलेलं उत्तर ऐकून आईच काय, पण मीही आश्चर्यचकित झालो!
–दादा... आणि पत्ते?.. पटकन मनात विचार आला, हा नादही साधासुधा नसणार! तिथंही लढत असणार, पैज असणार! आणि तसंच होतंही. एखाद्या नवीन व्यवसायातील बारीकसारीक गोष्टी सांगाव्यात, तद्वत दादा सांगत होते, -पानं कशी लावतात, 'सीक्वेन्स' म्हणजे काय, पॉइंटला पैसे कसे लावतात, -एक ना दोन. त्यांच्या तोंडून ती माहिती ऐकताना मनावर ताबा न राहून आई बेभानपणे ओरडली, ''मला काही ऐकवू नका! तुम्हाला घरादाराची काळजी नाही! फक्त लोकांची आव्हानं स्वीकारायची, त्यात पुरुषार्थ मानायचा! आता जुगार खेळा! तेवढंच कमी होतं! कधी घरातल्या माणसाला शब्द देऊ नका; शब्द राखायची धडपड बाहेर ठेवा. आजपर्यंत मी काही बोलले नाही. सारं काही सहन करीत आले, पण आता हे अगदी असह्य झालं! मला एकदा मारून तरी टाका अन् मग काय वाटेल ते उद्योग करा!''
यावर दादा खूप काहीतरी बोलतील अशी माझी अपेक्षा होती, पण ते काही न बोलता मुकाट्यानं निघून गेले होते. मी त्यावेळी आईला म्हणालो होतो, ''आजवर कधी त्यांना बोलली नाहीस; नेहमी नमतं घेत आलीस. मग ते आता कुणाचं ऐकतील असं तुला वाटतं होय? पूर्वीपासूनच तू थोडातरी कडकपणा दाखवायला हवा होतास-''
''तुझी कल्पना आहे,'' आई त्यावर उत्तरली होती, ''तुला त्यांची वृत्ती माहीत नाही. मी मिळतं घेत आले, म्हणून एवढा तरी संसार झाला. तुझे वडील फार अभिमानी आहेत. माझा विरोध त्यांना खपला नसता. त्यांनी माझ्याशीही जिद्द लढवायला कमी

केलं नसतं. तेच मला टाळायचं होतं. त्यांचा स्वाभिमान कुणाकडून तरी जबरदस्त दुखावला गेला आहे आणि माझी अशी खात्री आहे की, जी माणसं स्वभावत: भावनाप्रधान असतात, त्यांचा स्वाभिमान दुखावला गेला तर दोनपैकी एक काहीतरी होतं - काही माणसं गप्प बसतात, मनातल्या मनात कुढतात आणि निवृत्तीचा मार्ग पत्करून सबंध आयुष्य बाभळीच्या झाडासारखं शुष्क घालवतात; याउलट काही माणसं चिडून उठतात, मग ती सारासार विचारही गुंडाळून ठेवतात. अशी माणसं पूर्वी भावनाप्रधान होती, असं सांगावं लागतं... तुझे वडील दुसऱ्या वर्गातले आहेत. आज प्रथमच मी त्यांना डिवचलं आहे-''

''तू फार चांगलं केलंस.'' मी म्हटलं होतं, ''खरे स्वाभिमानी असतील तर उद्यापासून काहीतरी केलेलं दाखवतील. नाहीतर मी म्हणेन, ते दाखवतात ती जिद्दही खोटी आहे. केवळ प्रौढी मिरवण्यासाठी पांघरलेलं ते एक कातडं आहे.''

''तू त्यांच्याबद्दल असा काही ग्रह करून घेऊ नकोस.'' आई म्हणाली होती, ''त्यांची शक्ती मी ओळखून आहे. सिंहाची छाती आणि गरुडाची भरारी आहे त्यांच्याजवळ! वाईट आहे ती एकच गोष्ट -कुठं इरेला पेटायचं आणि कुठं नाही, याचं तारतम्य नाही त्यांना! त्यामुळे त्यांची शक्ती अनाठायी खर्च होत आहे. आत्ता ते ज्या डावाचं वर्णन करीत होते, त्यातलं मला काही समजलेलं नाही, पण तिथंही त्यांचा काहीतरी हट्ट असेल. केवळ गंमत म्हणून ते नक्कीच खेळत नसणार.''

दुसऱ्या दिवशी सकाळी दादांनी शंभराच्या दहा नोटा आईच्या अंगावर फेकल्या आणि नेहमीच्याच समजूतदारपणानं ते आईला म्हणाले, ''आजवर तू मला काही म्हणाली नाहीस. काल प्रथमच बोललीस. पैसा मिळाल्यासच माझी घरात ओळख पटणार असेल, तर हे घे पैसे!''

आई काही बोलली नाही. पण मला दादांचा त्रागा आवडला नाही. लग्न केल्यावर त्या अनुषंगानं येणारी कर्तव्यं माणसानं पार पाडलीच पाहिजेत. पैसे मिळवणं यात विशेष जगावेगळं काय आहे? आईच्या त्या दिवशीच्या बोलण्यानं एक गोष्ट मात्र झाली होती- दादा कुठंतरी कामाला जाऊ लागले होते.

आईचं ऑपरेशन झालं. माझी परीक्षा आटोपली. परीक्षेचा निकालही लागला. त्याच दिवशी आईनं मला सांगितलं, ''तुझे वडील काय उद्योग करतात, ते त्यांनी अजून सांगितलेलं नाही, अन् मीही ते त्यांना विचारलेलं नाही -यापुढं विचारणारही नाही. तुला एवढंच सांगते की, माझी सगळी मदार आता तुझ्यावरच आहे. घरात येणारा पैसा नियमित येत राहील याबद्दल शाश्वती नाही. तुझे वडील हल्ली घरात केव्हाही येतात आणि वाटेल तेव्हा बाहेर पडतात. त्यांचं पत्त्यांचं व्यसन सुटलंय की नाही, याची मला माहिती नाही. पण एकंदरीत मला तरी लक्षण ठीक दिसत नाही. तू काही कामधंदा पाहावास हे बरं!''

दोन-तीन महिन्यांच्या पायपिटीनंतर मला साधी कारकुनाची नोकरी मिळाली. एका मोटार ट्रान्सपोर्ट कंपनीत रजिस्ट्रेशन-क्लार्कची जागा होती ती. मालकाच्या चाळीस ट्रक्स होत्या. व्याप मोठा होता. पुणे, सोलापूर, मुंबई, कोल्हापूर इत्यादी गावांहून मालाची ने-आण अव्याहत चालायची. प्रत्येक ट्रकचा प्रवास, त्याला लागलेलं पेट्रोल, गाडी घेऊन गेलेला ड्रायव्हर, या सर्वांची नोंद काळजीपूर्वक करावी लागायची. मी ती नोकरी स्वीकारली आणि नोकरीच्या तिसऱ्याच दिवशी मला धक्का बसला!...

–पुण्याला माल घेऊन जाणाऱ्या ड्रायव्हर्सच्या यादीत दादांचं नाव होतं!

त्याच दिवशी काही कामानिमित्त मी मालकाकडे गेलो होतो. काहीशा कौतुकानं माझ्याकडे पाहत ते म्हणाले, ''अस्सं! सदाशिवरावांचा मुलगा तर तू! ठीक, ठीक! आजवर असा मनुष्य माझ्या पाहण्यात नाही. बस ना बस, उभा का?''

मी बसलो. पुन्हा एकवार ते कौतुकानं म्हणाले, ''फारच जिद्दीचा माणूस! वीस हजारांची रक्कम म्हणजे साधीसुधी बाब नाही!''

मी थोडासा कोड्यात पडून त्यांच्याकडे पाहू लागलो.

''घरी काही माहीत नाहीसं दिसतंय!-'' मालक म्हणाले.

मी नकारार्थी मान हलवली. त्यामुळे मालक आणखीनच खुलले आणि सांगू लागले, ''वा! खूपच महत्त्वाचा प्रसंग तो. एका मोठ्या व्यापाऱ्याबरोबर सदाशिवराव क्लबमध्ये आलेले होते. मी त्यांच्याकडे सुरुवातीला लक्षच दिलं नाही. इतकंच नव्हे, तर फ्लशवरून विषय निघाला, तेव्हा 'कुणीही अलबत्या-गलबत्यानं माझ्याशी खेळावा असा हा डाव नाही–' असं काहीसं मी लागट बोललो. ज्या व्यापाऱ्याबरोबर सदाशिवराव आलेले होते, त्याचं नाव हरिदयाळ. त्याच्याकडे बोट दाखवून सदाशिवराव मला म्हणाले, 'या गृहस्थांना माझ्या मनगटातली ताकद आणि शब्दांचं वजन माहीत आहे. घ्या पत्ते.''

''आम्ही खेळायला बसलो. शंभरापासून सुरुवात झाली. पाच हजारांपर्यंत जाईस्तोवर आम्ही दोघांनी पानं पाहिली नव्हती. दहा हजार पुढं ठेवून मी प्रथम पानं पाहिली. मला तिन्ही राजे आलेले होते. सदाशिवरावांनीपण पानं उचलली. त्यांच्या चेहऱ्यावर काहीच फरक झाला नाही पानं पाहून; पण हरिदयाळचा चेहरा पाहता पाहता बदलला. तो पटकन म्हणाला, 'माझे पंधरा हजार!' पण सदाशिवरावांनी हरिदयाळांना करड्या आवाजात सांगितलं, 'पैसे तुम्ही लावले आहेत, पण माझ्या हातात पानं आहेत. आकडा चढवायचा अधिकार माझा आहे. मला इथंच थांबायचं आहे, हवं असेल तर त्यांना आकडा चढवू दे. मी गप्प बसणार आहे.''

''हरिदयाळांनी त्यांना पदोपदी विनवलं, पण ते निश्चल राहिले आणि मी वीस हजार म्हणताच त्यांनी 'ओपन म्हणून सांगितलं. मी मोठ्या रुबाबात तीनही राजे दाखवले,

सदाशिवरावांनी आपला डाव समोर टाकला. -त्यांच्याकडे तीनही एक्के होते! त्या डावाच्या जोरावर ते अख्खी मुंबई विकत घेऊ शकले असते! आज माझ्या गादीवरसुद्धा बसले असते! हरिदयाळ उगीच नव्हता हळहळत, पण खरी गंमत तर पुढंच आहे- वीस हजारांतले दोन हजार उचलून घेत ते हरिदयाळना म्हणाले, 'तुमच्या या दोस्तांना सांगा की, एका अलबत्या-गलबत्यानं तुम्हाला आज जिंकलं आहे.' बस, एवढंच! 'मला यातले फक्त दोन हजार हवेत. तेही बायकोच्या ऑपरेशनसाठी. बाकीचे तुम्ही घ्या!' ''

—'वा!' असं उद्गारून मालकांनी आपली हकिकत संपवली.

—मी माझ्या जागेवर परत आलो. मालकाच्या दृष्टीनं दादांची जिद्द कौतुक करण्यासारखी होती, पण मला मात्र तो अव्यवहारीपणाचा कळस वाटला. त्या दिवशी आम्ही लक्षाधीशही होऊ शकलो असतो. मला खूप शिकायला मिळालं असतं. पुढंमागं परदेशीसुद्धा जाता आलं असतं. दादांच्या, पाण्यात तरंगणाऱ्या लोण्याच्या वृत्तीचा माझ्या मालकांना अभिमान वाटत होता, पण मला मात्र परीस फेकून देणाऱ्या माणसांत आणि त्यांच्यात फरक वाटत नव्हता.

कंपनीत बरोबर काम करणाऱ्या माणसांकडूनही दादांचं कौतुक ऐकू येत होतं, पण माझ्या मनातली त्यांच्याविषयीची अढी दिवसेंदिवस वाढतच होती. व्यापारात पडल्यापासून कारकुनाचं शेळपट जीवन आवडेनासं झालं, म्हणून त्यांनी ट्रक-ड्रायव्हरची मेहनतीची का होईना, पण जरा चाकोरीबाहेरची नोकरी पसंत केली. करीमच्या हाताखाली महिन्याभरात ड्रायव्हिंग शिकून त्यांनी स्वतंत्रपणे वाहतूक करायला सुरुवात केली. आपण काय व्यवसाय करतो, हे त्यांनी आईला सांगितलं नव्हतं आणि तिला वाईट वाटेल म्हणून मीही त्याचा पत्ता घरात लागू दिला नव्हता. त्यामुळे दादांचं पत्त्यांचं व्यसन अजूनही चालू असणार, या कल्पनेनं तिचाही घरात अबोला चालू होता! पण त्या दिवसानंतर दादांनी एकदाही पत्त्याला हात लावला नव्हता. आम्ही क्वचित एकमेकांशी बोलायचो. तशा भेटीच्या वेळाही फारशा येत नसत. माझी अशी कल्पना होती की, अशा तऱ्हेच्या दगदगीच्या जीवनात दादांची झुंझार वृत्ती काही प्रमाणात कमी होईल. कारकुनी जीवनाचा त्यांना उबग आला होता. स्वतंत्र बाण्याची चटक लागलेली होती. ड्रायव्हरचं हे धकाधकीचं जीवन त्यांना कितपत मानवेल, याबद्दल मी साशंक होतो. चाळिशी ओलांडलेल्या माणसानं पुन्हा नव्यानं जीवन चालू केलेलं होतं. दादांच्या चेहऱ्यावर मी कधी अगतिकता पाहिली नाही. उलट या नवीन व्यवसायानं ते पूर्वीपेक्षा अधिक राकट झाले होते, करारी वाटत होते. त्यांचे डोळे खोल गेलेले होते, पण त्यात आता वेगाचं वेड स्पष्ट दिसत होतं. सदाशिवरावांचा मुलगा म्हणून आमच्या कंपनीत मला जरा निराळं स्थान होतं; म्हणूनच तीन वर्षांनंतर मला बढती मिळून 'पे-क्लार्क'ची जास्त

जोखमीची जागा मिळाली होती. दादांना पगार देताना मला कसंतरीच वाटायचं, पण दादा निर्विकार असायचे. त्यांच्यात आता पहिली रग राहिली नसणार, याच विचारानं मी निश्चिंत होतो, पण त्यालाही एकदा सुरुंग लागला!

एका व्यापाऱ्याच्या कापडाच्या गासड्या ताबडतोब पुण्याला पोहोचवायच्या होत्या. तीन तासांत माल पोहोचवायलाच हवा होता. ड्रायव्हिंगच्या बाबतीत करीमचा हात कुणीच धरू शकत नसे, पण त्यानंही ते काम आपल्या अंगाबाहेरचं म्हणून सोडून दिलं. दादांनी काम आपल्या अंगावर घेतलं; एवढंच नव्हे तर ते करीमला म्हणाले, ''रिकामी ट्रक घेऊन तू पुढं हों; तुझ्यापेक्षा पंधरा मिनिटं उशिरा निघून तुझ्याआधी मी पुण्याला जकात नाक्यापाशी पोहोचलेला असेन!''

–त्या दिवशी मी अस्वस्थ असलेला पाहून आईनं मला खोदखोदून विचारलं. शेवटी मी सगळ्या गोष्टी तिला सांगितल्या- वीस हजारांच्या डावापासून तो मोटारीच्या शर्यतीपर्यंत.

''एक वेळ त्यांचं पत्त्यांचं व्यसन आपल्याला चाललं असतं; त्यात जिवाला तरी अपाय नव्हता. पण अशा रेसेस जर चालू झाल्या, तर काही मला धडगत दिसत नाही!'' मी म्हटलं.

आई शांतपणे म्हणाली, ''तुला अजून त्यांचा स्वभाव समजलेला नाही. ते आपला शब्द पुरा करू शकले, तर त्यांना पुन्हा तसं काही करून दाखवण्यात कधीच स्वारस्य वाटणार नाही.''

''पण शब्द पुरा करतानाच काही कमीजास्त होईल, असं नाही तुला भय वाटत?'' मी विचारलं.

''नाही वाटत! आणि वाटलं तरी सांगायचं कुणाला? लग्न झाल्यावर काही दिवसांनी जेव्हा मला त्यांच्या या स्वभावाचा अंदाज आला, तेव्हाच मी मनाशी खूणगाठ बांधली- यांना विरोध करायचा नाही आणि केव्हातरी त्यांच्या या स्वभावापायी दत्त म्हणून कोणतंही संकट उभं राहील, त्यासाठी मनाची तयारी करून ठेवायची!

''–माझ्याजवळही पीळ आहे; काही निश्चित विचार आहेत. मी सहसा त्याची जाणीव कुणाला दिलेली नाही. म्हणून एक साधी बाई यापलीकडे त्यांना माझ्याबद्दल काही माहिती नाही. तुला सांगते ते एवढ्याचसाठी की कोणत्याही प्रसंगाला माझी तयारी आहे, हे तुला कळावं म्हणून!''

अर्थातच, पैज दादांनी जिंकली!

पूर्ववत जीवनक्रम चालू झाला. आता नाही म्हटलं तरी दादा थकले होते, पण त्यांच्या कडवेपणाची धार अजून बोथट झालेली नव्हती. आता त्यांच्या शरीरानं त्यांना दगा द्यायला सुरुवात केली होती. बाणेदार स्वभावाला आणि हट्टी स्वभावाला साथ द्यायचं दादांच्या शरीरानं साफ नाकारलं होतं. त्यामुळे काहीशा प्रमाणात ते

अगतिक व त्रासिक होऊ लागले. अशा मन:स्थितीत त्यांना कोणीतरी जपायला हवं होतं. एखाद्या लहान मुलाप्रमाणं सांभाळायला हवं होतं. पट्टीच्या पैलवानाला कुणी जिंकण्यासारखं राहिलं नाही म्हणजे तो जसा वेडापिसा होतो, तशी दादांची अवस्था झाली होती आणि ती अवस्था त्यांच्या शरीरानंच केली होती. म्हणूनच त्यांची खूप काळजी घ्यायला हवी होती. पूर्वग्रहांना थारा न देता मी त्यांना सांभाळणार होतो. पण भवितव्य निराळंच होतं!

ऑफिसात दुसऱ्या एका व्यक्तीच्या चुकीमुळे पगाराच्या वाटपात घोटाळा झाला आणि ती चूक माझ्यावर लादली गेली. तेवढ्यावरच भागतं तर ठीक होतं, पण माझ्या पगारातूनही काही रक्कम कापून घेण्यात आली. कशी कुणास ठाऊक, पण दादांच्या कानावर ही बातमी गेली!

"तुझी काही चूक नाही, हे तू मालकांना सांगितलंस?" त्यांनी मला विचारलं.

"नाही."

"मग तू ते सांगायला हवं होतंस!"

"दादा, नोकरी म्हटली की, एवढं इरेस पेटून चालत नाही..." मी म्हटलं.

"तू या गोष्टी मला शिकवतोस? तुला काही मानापमान आहे की नाही?" दादांनी तीव्र स्वरात विचारलं.

"मानापमान आम्हा गरिबांसाठी नसतात. मानापमानाची कदर करायची म्हणजे उपाशी मरायचं!"

"शी शी! मला तुझ्याबद्दल लाज वाटते! चतकोर तुकडा पोटाला मिळावा म्हणून तू कुत्र्याचं जिणं पसंत करणार?"

"मी तसं म्हणत नाही, पण मानापमानाची जाणीव अगदी काटेकोरपणानं ठेवण्यासारखी आपली परिस्थिती नाही अजून. माझं आणखी जरा नीट बस्तान बसू दे. खऱ्या गोष्टीचा उलगडा आपोआप होईल." मी म्हटलं.

"असल्या गोष्टीत नीट बस्तान नाही बसलं तरी चालेल! खुशाल नोकरी सोड, पण कारणाशिवाय आरोप डोक्यावर घेऊ नकोस!" दादा म्हणाले.

"दादा, आणखी काही दिवस तरी मला तसं करणं बरं दिसणार नाही. काही विशिष्ट कारणासाठी मी ही नोकरी सोडू शकत नाही." मी निक्षून म्हणालो.

"समजलो. महिन्याकाठी मिळणाऱ्या दीडशे टिकल्यांचा मोह तुला सोडवत नाही. तुझा बाप म्हणायची मला शरम वाटते!"

मनावरचा ताबा सुटून मी म्हणालो, "जिद्दीपायी सर्वस्वावर लाथ मारायला उठायचं आणि आपल्यावर अवलंबून असलेल्या माणसांचे हाल करायचे? 'जिद्दीचं माणूस' म्हणून उपाशी मरण्यापेक्षा, व्यवहारी माणूस म्हणून जगणं मला जास्त शहाणपणाचं वाटतं! स्वत:चा अपमान झाला तरी चालेल, पण घरातल्या माणसांना व्यवस्थित

ठेवणं मला जास्त कर्तव्याचं वाटतं.''

दादा न बोलता निघून गेले. त्याच दिवशी संध्याकाळी माझ्यादेखत दादांनी मालकांपुढं राजीनामा टाकला. राजीनामा देताना माझ्याकडे न बघता ते म्हणाले,

''माझ्या राजीनाम्याचा फारसा उपयोग होणार नाही याची मला जाणीव आहे, तरी मी तो देणार आहे. एवढ्याचसाठी की अन्यायाचा प्रतिकार करायची शक्ती या तरुण पिढीत नाही आणि तरी ते स्वत:ला 'तरुण' म्हणवतात. मी त्याचा प्रतिकार करणार आहे.''

दादांना झाल्या दिवसांचा पगार द्यायला मालकांनी मला सांगितलं आणि दादांच्या हातात एक पाकीट देत ते म्हणाले,

''आम्हा सर्वांत तुम्ही उजव्या नशिबाचे, या खात्रीनं गेली तीन वर्षं मी तुमच्या नावानं डर्बीचं तिकीट घेत आलो आहे, पण तुम्हीही आमच्यातलेच -कमनशिबी! हे यंदाचं तिकीट घ्या. मला आता आशा राहिलेली नाही. तरी बघा तुमचं नशीब! आतापर्यंत तुम्ही प्रत्येकाला वाकवीत आलात; दैवालाही वाकवू शकलात तर आजपर्यंतचे प्रसंग योगायोगानं आले नव्हते असं मी मानीन!''

दादा आता असून नसल्यासारखेच होते. त्यांना कामधंदा नव्हता आणि अंगात जोरही राहिला नव्हता आणि जाताजाता मालकांनी नशिबाविरुद्धच उठल्यामुळे सुरुंगाच्या कोठारात ठिणगी पडल्यासारखं झालेलं होतं. आईशी ते चांगले वागत, पण मी समोर आलो की, त्यांच्या कपाळावर आठी चढू लागली. माझं लग्न झाल्यावर त्यांची ती वृत्ती निवळेल, असं वाटत होतं; पण माझ्या लग्नानंतरही ती अधिकच वाढीला लागली. ओढाताण होत होती ती आईच्या मनाची. यावर तोडगा म्हणून मी स्वतंत्र राहू लागलो. त्याच मोटार ट्रान्स्पोर्ट कंपनीत मी मॅनेजरच्या हुद्द्यापर्यंत पोहोचलो. मॅनेजर झाल्यावर मी घरी आईला आणि दादांना पेढे पाठवले. दादांनी पेढ्यांना हात लावला नाही. ते एवढंच म्हणाल्याचं मी ऐकलं,

''अगदी अल्सेशियन जात झाली म्हणून काय झालं? -तोही कुत्राच!''

दिवसेंदिवस दादा चिडखोर होऊ लागले. माणसांबरोबर जिद्द खेळणारे दादा नशिबाबरोबर लढू लागले. शरीर साथ देत नव्हतं, मन शांत होत नव्हतं. ते एक वेळच जेवत होते; कपड्यांची काळजी करीत नव्हते. फक्त डर्बी! आणि त्यासाठी पैसे साठवणं!

मग ते अगतिक झाले. लाचार झाले. इतके की माझ्या बिऱ्हाडी एकदाही न आलेले दादा शेवटी माझ्यासमोर लाचार झाले!

–केवळ पंधरा रुपयांकरिता! ...

''दादा आता खूप थकलेत, नाही?'' खिडकीतून दादांच्या पाठमोऱ्या आकृतीकडे पाहत वीणा म्हणाली.

"खूपच." मी तुटक उत्तर दिलं.
"द्यायला हवे होते तुम्ही त्यांना पैसे!" वीणा म्हणाली.
"मुद्दाम नाही दिले. त्यांना डर्बी लागावी अशी माझी इच्छाच नाही. मला आता त्यांची भीती वाटते आहे खूप. डर्बी लागली तर त्यांना तो धक्का पेलवणार नाही." मी म्हटलं.
"कशावरून?"
"पूर्वी त्यांचं मन खूप समतोल होतं. त्यावेळी त्यांनी कोणत्याच गोष्टी मनावर घेतल्या नाहीत. अत्युत्कट आनंदाच्या वेळी ते कधी भारावले नाहीत आणि दु:खाच्या वेळी कडेलोट झाला तरी गुदमरले नाहीत. आनंदाच्या काय किंवा दु:खाच्या काय, कुठल्याच वेळी ते वाहून गेले नाहीत, पण आता त्यांचं शरीरही धक्का खायच्या परिस्थितीत राहिलेलं नाही आणि लाचार झालेल्या मनाचाही मला भरवसा वाटत नाही. "
पण तसंही घडणार नव्हतं. आईचं घडवलेलं मंगळसूत्र विकून दादांनी पैसे उभे करून डर्बीचं तिकीट घेतल्याचं मला समजलं. त्यानंतर चारच महिन्यांनी एके दिवशी माझ्या मालकांनी मला एकाएकी बोलावलं. गडबडीनं ते मला म्हणाले,
"तुमच्या वडिलांनी पुन्हा एकदा आमचा पराभव केलाय! त्यांना डर्बी लागली. सात लाखांचे मालक झालात तुम्ही! चला, आपण तुमच्या घरी जाऊ. लेट मी कॉँग्रॅच्युलेट युवर फादर."
मालकांच्या मोटारीतून मी घरी जायला निघालो, पण घरी काही चांगलं दृश्य पाहायला मिळेल, असं मला वाटत नव्हतं. दादांना अत्यानंदानं हर्षवायू तरी झालेला असणार किंवा त्यांचं हार्ट फेल तरी झालेलं असणार, अशी शंका वारंवार मला सतावीत होती. घरासमोर गाडी थांबताच मालकांनी उतरायचं भान न राहून मी गाडीतून उतरून तडक घरात धावलो. आजवर न विचारणाऱ्या माणसांनी, आमच्या नातेवाइकांनी घर भरलेलं होतं! आणि समोरच- समोरच दादा शांतपणे वर्तमानपत्र वाचीत बसलेले होते! मी त्यांना काही विचारणार, तोच आतल्या खोलीतून खोऽखोऽ हसण्याचा आवाज बाहेर आला आणि त्याच्या पाठोपाठ आई वेडीवाकडी धावत बाहेर आली. बाकीची माणसं तिला आवरायचा निष्फळ प्रयत्न करीत होती.
"आईऽऽ!" म्हणून मी किंचाळलो.
तिनं माझ्याकडं पाहिलं, पण मला ओळखलं नाही.
मी दादांजवळ धावलो... अगतिकतेनं.
– त्यांच्या हातात वर्तमानपत्र होतं आणि ते न्यूयॉर्क कापसाचा भाव पाहत बसले होते!

■

www.ingramcontent.com/pod-product-compliance
Lightning Source LLC
Chambersburg PA
CBHW070819250626
47170CB00006B/2168
9788171613137